சே குவேரா

வேண்டும் விடுதலை!

ஆசிரியரின் பிற நூல்கள்

உலகை மாற்றிய புரட்சியாளர்கள்
ஹிட்லர்
குஜராத் இந்துத்துவம் மோடி
சே குவேரா புரட்சியாளர் ஆனது எப்படி?
இந்தியப் பிரிவினை: உதிரத்தால் ஒரு கோடு
முதல் உலகப் போர்
இரண்டாம் உலகப் போர்
நெல்சன் மண்டேலா
மால்கம் எக்ஸ்
விடுதலைப் புலிகள்
போபால்: அழிவின் அரசியல்
ஹு ஜிண்டாவ்
மாவோ: என் பின்னால் வா!
முதல் காம்ரேட் (லெனின் வாழ்க்கை)
சர்வம் ஸ்டாலின் மயம்
ஃபிடல் காஸ்ட்ரோ: சிம்ம சொப்பனம்
ஹியூகோ சாவேஸ்: மோதிப் பார்!
சுபாஷ்: மர்மங்களின் பரமபிதா
திப்பு சுல்தான்: முதல் 'விடுதலை'ப் புலி
முகமது யூனுஸ்
திபெத்: அசுரப் பிடியில் அழகுக் கொடி

சே குவேரா

வேண்டும் விடுதலை!

மருதன்

கிழக்கு

சே குவேரா: வேண்டும் விடுதலை
Che Guevara : Vendum Viduthalai
by *Marudhan* ©

First Edition: December 2006
160 Pages
Printed in India.

ISBN: 978-81-8368-244-2
Kizhakku 187

Kizhakku Pathippagam
177/103, First Floor,
Ambal's Building, Lloyds Road
Royapettah, Chennai 600 014.
Ph: +91-44-4200-9603
Email : support@nhm.in
Website : www.nhm.in

Author's Email: marudhan@gmail.com
Wrapper Photo Courtesy : Nuri, flag.blackened.net/kara/

Kizhakku Pathippagam is an imprint of New Horizon Media Private Limited

This book is sold subject to the condition that it shall not, by way of trade or otherwise, be lent, resold, hired out, or otherwise circulated without the publisher's prior written consent in any form of binding or cover other than that in which it is published and without a similar condition including this the rights under copyright reserved above, no part of this publication may be reproduced, stored in or introduced into a retrieval system, or transmitted in any form or by any means (electronic, mechanical, photocopying, recording or otherwise), without the prior written permission of both the copyright owner and the above-mentioned publisher of this book.

அன்புடன்
_____
இமானுவேலுக்கு.

உள்ளே

1. மலைகளின் குழந்தை ... 9
2. புதிய பயணங்கள் ... 25
3. ஆயுதம் அவசியம்;
   அமெரிக்கா அநாவசியம் ... 36
4. கனவுகளைத் தேடி ... 45
5. முதல் தாக்குதல்,
   முதல் வெற்றி ... 62
6. புரட்சிக்குப் பிறகு ... 89
7. க்யூபாவின் நாயகன் ... 101
8. 'விடைகொடு க்யூபா!' ... 118
9. கனவுகளின் எல்லை ... 129
10. நீ வாழ்ந்து கொண்டிருக்கிறாய் சே! ... 146

பிற்சேர்க்கைகள் ... 149

லத்தீன் அமெரிக்க வரைபடம்

1. மலைகளின் குழந்தை

'நான் கடற்கரைக்குப் போகிறேன்' என்றார் ஸெலியா. தன் இரண்டு வயது மகன் எர்னஸ்டோவைத் தன்னோடு சேர்த்து இறுக்கமாக அணைத்துக் கொண்டிருந்தார் அவர்.

'சீக்கிரம் வந்துவிடு' என்றார் குவேரா லிஞ்ச்.

'சரி.'

'எர்னஸ்டோவையும் உன்னுடன் அழைத்துச் செல்லப் போகிறாயா?'

'ஆமாம்.'

தன் மனைவியும் குழந்தையும் வெளியேறும் வரை அவர்களையே பார்த்துக் கொண்டிருந்தார் குவேரா லிஞ்ச். பிறகு, தோட்ட வேலைகள் செய்ய ஆரம்பித்தார்.

எர்னஸ்டோ குவேரா லிஞ்ச்சுக்கு அர்ஜெண்டைனாதான் பூர்வீகம். அவருக்கு மட்டுமல்ல, பன்னிரண்டு தலைமுறைகளாக அவர்கள் தங்கியிருந்தது, ஸான் இசித்ரோவில். அர்ஜெண்டைனாவின் தலைநகரமான ஃபியூனஸ் அயர்ஸுக்கு அருகிலுள்ள பகுதி. வீட்டுக் கதவைத் திறந்தால் ப்ளேட் கடற்கரை. கடல் ஆர்ப்பரிக்கும் சத்தத்தைப் பொழுது முழுக்கக் கேட்டுக் கொண்டே இருக்கலாம். புறநகர்ப் பகுதிகள் பலவற்றில் வசித்து விட்டு அங்கே இடம் மாறி வந்திருந்தார்கள்.

ஸான் இசித்ரோவுக்கு வந்த பிறகுதான், குவேராவின் வாழ்க்கை ரம்மியமாக மாறியது. அதற்கு முன்னால்

அவர் ஒரு தொடர் தோல்வியாளர். தொழில் ரீதியாக, அவர் எதைத் தொட்டாலும் அது விளங்காது. புதிது புதிதாகத் திட்டமிடுவார். நிறையச் செலவு செய்து, புதிய தொழில் தொடங்குவார். கொட்டோ கொட்டென்று லாபம் கொட்டும் என்று கனவு காண்பார். ஆனால், ஒன்றும் நடக்காது.

ஒரே ஒரு விஷயம் மட்டும் உருப்படியாக நடந்தது. உரிய காலத்துக்கு ஒரு மாதம் முன்னதாகவே, அதாவது ஜூன் 14, 1928-ம் ஆண்டு அவர்களுக்கு ஓர் ஆண் குழந்தை பிறந்தது. எர்னஸ்டோ குவேரா டி லா ஸெர்னா என்று அந்தக் குழந்தைக்குப் பெயரிட்டனர்.

குவேரா பிறந்த பிறகு, அவருக்கு எந்தவிதக் குறையும் இல்லை. கப்பல் கட்டும் தொழிற்சாலை ஒன்றில் பங்குதாரராக இருந்தார். வசதிக்குக் குறைவில்லை. அன்பான மனைவி, அழகிய குழந்தை. போதாது?

●

எர்னஸ்டோவை அணைத்தபடி கடற்கரையில் நடந்து சென்று கொண்டிருந்தார் ஸெலியா. வழக்கத்தை விடக் குளிர் அதிகமாகவே இருந்தது. கூடவே, பலத்த காற்று வேறு. பொதுவாக அர்ஜெண்டைனாவில் மே மாதத்தில் இத்தனைக் குளிர் இருக்காது.

மணல் பரப்பில் அமர்ந்து கொண்டார் ஸெலியா. குழந்தையைத் தனது நெஞ்சோடு சேர்த்து அழுத்திக் கொண்டார். சமீப காலமாக, எர்னஸ்டோ அதிகமாக நடுங்கிக் கொண்டிருக்கிறான். குளிர் அவனுக்கு ஒத்துக் கொள்ளவில்லை போலிருக்கிறது.

'என்ன எர்னஸ்டோ, இந்தக் குளிருக்கே இப்படி நடுங்குகிறாயே! உன் அம்மாவைப்போல் நீயும் தைரியசாலியாக வளர வேண்டாமா? வா, குளிக்கலாம்.'

குழந்தை, தன் தாயின் முதுகோடு ஒட்டிக் கொண்டது.

'சரி சரி, பயப்படாதே. கொஞ்ச நேரம் பேசிக் கொண்டிருந்து விட்டு பிறகு குளிக்கலாம். வா!'

ஸெலியாவுக்குக் கதைகள் பிடிக்கும். கடல் பிடிக்கும். அவருக்குப் பிடிக்காத ஒரே விஷயம் பயம்.

ஸெலியாவின் பெற்றோர் இளம் வயதிலேயே இறந்துவிட்டனர். படித்தது கத்தோலிக்கப் பள்ளியில் என்றாலும் நாளடைவில் முற்போக்கு, இடதுசாரி சிந்தனைகள் கொண்டவராக மாறிப் போனார். இதற்குக் காரணம் அவருடைய சகோதரி கார்மன். பெண்ணிய இயக்கங்களோடு தொடர்பு கொண்டவர் இவர். ஸெலியா வளர்ந்தது இவரிடம்தான்.

1920-களில் அர்ஜெண்டைனாவில் பெண்களுக்குக் குடியுரிமை கிடையாது. கணவரின் சம்மதம் இல்லாமல் ஒரு பெண், வீட்டு வாசற்படியைக் கூடத் தாண்ட முடியாது. கடைக்குப் போகவேண்டும் என்றால் கூட கணவர் ஒப்புதல் அளிக்கவேண்டும். கணவரை இழந்தவர் களின் பாடு திண்டாட்டம்தான். தன் குழந்தைகளுக்குக் காப்பாளராக இருக்கும் தகுதி, அவர்களுக்குக் கிடையாது. குறைந்தபட்ச அடிப்படை உரிமைகளுக்குக்கூட அவர்கள் போராட வேண்டியிருந்தது.

இத்தகைய போராட்டங்களில் ஸெலியா தன்னை விருப்பத்துடன் இணைத்துக் கொண்டார். பல நண்பர்களை வீட்டுக்கு அழைத்து வருவார். அரசியல் உள்பட, பல விஷயங்களை விவாதிப்பார். கூட்டங்கள் நடத்துவார். 1927-ல் எர்னஸ்டோ குவேரா லிஞ்ச்சைத் திருமணம் செய்து கொண்டார். அப்போது அவருக்கு இருபத்தொரு வயது கூடப் பூர்த்தியாகவில்லை. திருமணத்துக்குப் பிறகும் இவர் பல போராட்டங்களில் தொடர்ந்து பங்கெடுத்துக் கொண்டிருந்தார்.

ஒரு குறிப்பிட்ட காலத்துக்குப் பிறகு, அவருடைய பொது வாழ்க்கை முடிந்து போனது. அடிக்கடி வீடு மாறிக் கொண்டே இருந்ததால், பழைய நண்பர்களுடனான உறவு முறிந்து போனது. தவிரவும், ஒரு குழந்தையைப் பார்த்துக் கொள்வது லேசுபட்ட காரியமா?

•

வேறு சில பணிகளில் மூழ்கிப் போயிருந்த குவேரா, மதியம்தான் சுய நினைவுக்கு வந்தார். பசித்தது. கடலுக்குப் போன மனைவியும் குழந்தையும் இன்னமும் திரும்பவில்லை என்ற உண்மை திடீரென்று உறைத்தது. அரக்கப் பரக்க ஓடினார்.

எப்போதும் உற்சாகத்துடன் அவரை வரவேற்கும் ஸெலியா, சோர்வுடன் கரையில் அமர்ந்திருந்தார். அருகே எர்னஸ்டோ. எர்னஸ்டோவைப் பார்த்த அவர், கிட்டத்தட்ட அதிர்ந்தே போனார். குழந்தையின் உடல் நடுங்கிக் கொண்டிருந்தது.

'ஆரம்பத்திலேயே நினைத்தேன். உன்னை யார் குழந்தையை கூட்டிப் போகச் சொன்னது? அதுவும் இந்தக் குளிரில் அவனைக் குளிக்க வைக்க வேண்டுமா?'

உடனடியாக இருவரும் மருத்துவமனைக்குப் போனார்கள். வழி முழுவதும் ஸெலியாவை அவர் கடிந்து கொண்டே வந்தார். அழுது, அழுது ஸெலியாவின் முகம் வீங்கிக் கிடந்தது. எர்னஸ்டோவைப் பரிசோதித்த டாக்டர், இருவரையும் பார்த்தபடி தீர்க்கமாகக் கூறினார்.

'குழந்தைக்கு ஆஸ்த்மா நோய் வந்துள்ளது. கவனமாகப் பார்த்துக் கொள்ள வேண்டும்.'

அன்று வீடு யுத்தகளமானது. குவேரா வெடித்துக் கொண்டு இருந்தார்.

'பனி பெய்து கொண்டிருக்கும்போது, யாராவது குழந்தையைக் கூட்டிக் கொண்டு நீச்சல் விளையாடப் போவார்களா?'

யாரை நொந்து என்ன பயன்? குழந்தைக்கு எப்படி ஆஸ்த்மா வந்தது, யார் மூலமாக வந்தது என்று ஆராய்ந்து கொண்டிருக்கும் நேரம் அல்ல இது. பிஞ்சுக் குழந்தைக்கு வரக்கூடாத நோய் வந்துவிட்டது. அடுத்து என்ன செய்வது, எப்படி குணப்படுத்துவது என்பதில் கவனம் செலுத்த ஆரம்பித்தார்கள்.

குழந்தையைத் தூக்கித் தோளில் போட்டுக்கொண்டு, ஒவ்வொரு மருத்துவராகத் தேடிப் போனார்கள். பயனில்லை. அதிக மன வருத்தத்துக்கு உள்ளானது ஸெலியாதான். நொடிக்கொரு தரம் இருமிக் கொண்டிருக்கும் எர்னஸ்டோவைப் பார்க்கும்போது, அவருடைய இருதயம் சுக்கல்நூறாக உடைந்து போனது.

ஸெலியாவை வருத்தப்பட வைக்கும் மற்றொரு சம்பவமும் நடந்தது. ஸெலியாவுக்குச் சிறுவயதில் நுரையீரல் நோய் இருந்தது. எர்னஸ் டோவைப் பரிசோதித்த ஒரு மருத்துவர் இது குறித்து ஸெலியாவிடம் பேச்சுக் கொடுத்தபோது, அவர் ஒப்புக்கொண்ட விஷயம் இது. உடனே அந்த மருத்துவருக்கு ஒரு சந்தேகம் வந்துவிட்டது. தனது சந்தேகத்தை அனைவருக்கும் தெரியும்படி உரக்கவே சொல்லிவிட்டார் அவர்.

'உங்களுக்கு நுரையீரல் நோய் இருந்ததால்தான், குழந்தையையும் அது தொற்றிக் கொண்டுவிட்டது என்று நினைக்கிறேன். இது நிச்சயம் பரம்பரை வியாதியாகத்தான் இருக்க வேண்டும்.'

முன்னரே தளர்ந்து போயிருந்த ஸெலியா, ஒடிந்தே போனார்.

ஸெலியா மீதான குவேராவின் கோபம், நாளடைவில் மறைந்து விட்டது. என்றாலும் ஸெலியாவால் தன்னைச் சமாதானப்படுத்திக் கொள்ளவே முடியவில்லை. ஒரு மாறுதலுக்காகக் குழந்தையை கடற்கரைக்கு அழைத்துச் சென்று விளையாட்டுக் காட்டியதால், இப்படி ஓர் இடி தன் மீது வந்து விழும் என்று அவர் நினைத்துப் பார்க்கவேயில்லை. திடீர் திடீர் என்று ஏதாவது நினைத்துக் கொள்வார். எர்னஸ்டோவை அணைத்துக் கொண்டு தேம்பித் தேம்பி அழுவார்.

'என்னை மன்னித்துவிடு எர்னஸ்டோ. தெரியாமல் செய்துவிட்டேன். என்னைவிட உன்னை அதிகம் நேசிப்பவர் வேறு யார்?'

•

ஸெலியா, எர்னஸ்டோ மீது மிதமிஞ்சிய அக்கறையும் அன்பும் கொண்டதற்கு, அவரது குற்றவுணர்வும் ஒரு காரணமாக இருந்திருக்கலாம். ஆனால் அது மட்டுமே காரணம் என்று சொல்ல முடியாது. குவேராவும் தன் பங்குக்கு எர்னஸ்டோ மீது பாசத்தைக் கொட்டினார். சதா இறுமிக் கொண்டிருந்த எர்னஸ்டோவை, தன் மார்பின் மீது கிடத்தி உறங்க வைப்பார். சிலசமயம் படுக்கையில் நிமிர்ந்து உட்கார்ந்து, எர்னஸ்டோவைத் தன் மடி மீது உட்கார வைப்பார். இரவு முழுவதும் அப்படியே உட்கார்ந்திருக்க வேண்டியிருக்கும்.

நாள்கள் செல்லச் செல்ல எர்னஸ்டோவின் உடல் மோசமாகிக் கொண்டே போனது. சீராக மூச்சு விட முடியவில்லை. துறுதுறுவென்று ஓடியாட வேண்டிய குழந்தை, எப்போதும் சோம்பியே கிடந்தது.

மிதமிஞ்சிய குளிர் பரவிக் கிடந்த அந்தப் பகுதியிலிருந்து உடனடியாக அவர்கள் வெளியேற வேண்டும் என்று சில மருத்துவர்கள் அறிவுறுத்தினார்கள். குழந்தையின் உடல்நிலைக்கு ஏற்ற, சீரான குளிர், சீரான வெப்பம் நிறைந்த ஓர் இடத்தைத் தேடிக் கண்டுபிடிப்பது, சாமானியமான வேலையாக இல்லை. அர்ஜெண்டைனா முழுவதையும் சல்லடையாகச் சலித்து, இறுதியில் ஆல்ட்டா கிரேஷியா என்னும் பகுதியை கண்டுபிடிப்பதற்கு, முழுமையாக ஐந்து ஆண்டுகள் அவர்களுக்குத் தேவைப்பட்டன.

நமக்கு கொடைக்கானல் எப்படியோ அப்படித்தான் அர்ஜெண்டைனர்களுக்கு ஆல்ட்டா கிரேஷியா. நேர்த்தியான, தூய்மையான பகுதி. அழகிய மலைகள். ஆரோக்கியமான, தூசிகள் அற்ற காற்று. தவிரவும், தேவைப்படும் அத்தனை வசதிகளும் கைகள் எட்டும் தொலைவில் கிடைத்தன. சிறந்த மருத்துவ சேவை உள்பட.

இந்தப் புதிய இடம் எர்னஸ்டோவை முற்றிலுமாகக் குணப்படுத்தி விட்டது என்று சொல்ல முடியாது. ஆனால், முன்பைவிட உடல்நிலை சிறிது தேறியது.

•

எர்னஸ்டோவை மலைகளில் வளர்க்கப்பட்ட குழந்தை என்று அழைப்பது, பொருத்தமாக இருக்கும். காரணம், அவர்கள் வசித்த இடத்தின் பெயர் மந்திர மலை. மலையடிவாரத்தில் அமைந்திருந்தது இந்த நகரம்.

ஸெலியாவுக்கு மேலும் இரண்டு பெண் குழந்தைகளும் (ஸெலியா, அனா மரியா) இரண்டு ஆண் குழந்தைகளும் (ராபர்டோ, யுவான்

மார்ட்டின்) பிறந்தனர். வழக்கம்போல் ஒரு புதியத் தொழிலை தொடங்கினார் குவேரா. இந்த முறை அவரை ஈர்த்தது கட்டடப் பணி. ஆரம்பித்த புதிதில் நன்றாகவே போய்க் கொண்டிருந்தது. ஆனால், வெகு சீக்கிரத்தில் தேக்க நிலை ஏற்பட்டது. குவேரா யோசித்தார். எங்கு சென்றாலும், என்ன செய்தாலும் தொடர்ந்து தோல்விகள் ஏற்பட என்ன காரணம்? மும்முரமாக ஆராய்ந்தபோதுதான், அவருக்கு ஒரு விஷயம் புரிந்தது. இது குவேராவின் பிரச்னை மட்டுமல்ல. அர்ஜெண்டைனாவின் பிரச்னையும் கூட.

இத்தனைக்கும், 1920-களில் செழிப்புடன் இருந்தது அர்ஜெண்டைனா. லத்தீன் அமெரிக்காவிலேயே சிறிது வசதியான நாடு என்றால் அது அர்ஜெண்டைனாதான். சற்றுத் தள்ளியிருக்கும் பெரு, கொலம்பியா, வெனிசூலா எல்லாம் கிட்டத்தட்ட முடங்கிப் போயிருந்தது. அர்ஜெண்டைனாவிடம் மட்டும் புதுப் பணக்காரனின் மினுமினுப்பு ஒட்டிக் கொண்டிருந்தது.

எர்னஸ்டோ பிறந்து இரண்டு ஆண்டுகள் கழித்து, அதாவது 1930-ல் ராணுவம், அரசாங்கத்தை கவிழ்த்து ஆட்சியைக் கைப்பற்றிக் கொண்டது. மக்கள் ஜனநாயகபூர்வமாகத் தேர்ந்தெடுக்கப்பட்ட ஓர் அரசாங்கத்தை ராணுவம் கைப்பற்றியது, அந்த நூற்றாண்டிலேயே அதுதான் முதல் முறை.

அர்ஜெண்டைனாவின் மினுமினுப்பு உதிரத் தொடங்கியது. பொருளாதாரத்தில் தேக்க நிலை. பொருள்களின் விலை, நினைத்துப் பார்க்க முடியாத அளவுக்கு உயரத் தொடங்கியது.. 1929-க்கும் 1932-க்கும் இடைப்பட்ட காலத்தில், ஏற்றுமதி ஐம்பது சதவிகிதம் குறைந்து போனது. விவசாயிகள் வேலை இழந்தனர். நிலங்களை அடமானம் வைத்து கடன் பெற்றனர். நிலம், மூழ்கிப் போனது. பம்பாஸ் என்னும் ஒரு பகுதியில் மட்டும், பல ஆயிரக்கணக்கான விவசாயிகள் பாதிக்கப்பட்டனர். வேறு வழியில்லாததால், பலர் தங்கள் வீடுகளை அப்படியே விட்டுவிட்டு வேறு பிரதேசத்துக்குக் குடிபெயர ஆரம்பித்தனர்.

எர்னஸ்டோ குவேராவின் குடும்பமும் பல முறை இடம் மாறியது. இன்னும் சொல்லப் போனால், அவர் குடும்பத்தைப் போல் இத்தனை முறை தொடர்ச்சியாக இடம் பெயர்ந்தவர்கள் வேறு யாராவது இருப்பார்களா என்பது சந்தேகமே. 1933-ல் வில்லா சிச்சிடா. பிறகு அங்கிருந்து வில்லா நிடியா. நான்கு ஆண்டுகள் கழிந்த பிறகு ஃப்யூண்டஸ் பண்ணை வீடு. ஒரே வருடத்தில் அதை காலி செய்து விட்டு, ஃபோர்ட் பண்ணை வீடு. பிறகு அடுத்தடுத்து ரிபாமான்டே, டோஸ் பண்ணை வீடுகள். 1940-41-ல் மீண்டும் வில்லா நிடியா.

ஒப்பந்தம் செய்துகொண்டு, கையெழுத்துப் போட்டுவிட்டுத்தான் குடும்பத்தோடு வீட்டுக்குள் நுழைவார்கள். ஒரு வருடம்தான் ஆகியிருக்கும். கூடாரத்தைத் தூக்கிக் கொண்டு வெளியே கிளம்பி விடுவார்கள். மூட்டை, முடிச்சுகளைப் பிரித்து அடுக்கி வைத்து அப்பாடா என்று உட்காருவதற்குள், ஒப்பந்தத் தேதி முடிவடைந்து விடும். மீண்டும் மூட்டைக் கட்ட வேண்டியதுதான். இந்த இடமாற்றங்கள், குவேராவின் குடும்பத்தினருக்குச் சோர்வை அளிக்காமல் புத்துணர்ச்சியை அளித்தது ஆறுதலான விஷயம்.

●

எர்னஸ்டோவை விட்டு ஒரு கணம் கூடப் பிரியத் தயாராக இல்லை ஸெலியா. உணர்வுபூர்வமாக அமைந்தது இவர்களது உறவு. அம்மாவின் மடியில் உட்கார்ந்துதான் எர்னஸ்டோ சிரிப்பான், அழுவான். பிற குழந்தைகளைவிட எர்னஸ்டோவுக்குக் கூடுதல் அரவணைப்புக் கிடைத்தது.

அக்கம் பக்கத்திலிருப்பவர்கள் இதைக் கவனித்துவிட்டார்கள்.

‘அதென்ன மூத்த குழந்தைக்கு மட்டும் கூடுதல் பாசம்?’

வெறுமனே புன்னகை செய்வார் ஸெலியா.

‘எல்லாக் குழந்தைகளையும்போல் இல்லை இவன்.’

ஆசை ஆசையாக அருகில் உள்ள ஆரம்பப் பள்ளியில் சேர்த்து விட்டார்கள். ஆனால், பிற குழந்தைகளைப் போல் எர்னஸ்டோவால் சரிவர பள்ளிக்குப் போக முடியவில்லை. தொடர்ச்சியாக வகுப்பறைகளில் அமர்ந்திருக்க முடியவில்லை. ஒட்டுமொத்த வகுப்பறையும் திரும்பிப் பார்க்கும் வகையில் இருமிக் கொண் டிருப்பான். ஆசிரியர்களுக்கே அவனைப் பார்க்கப் பாவமாக இருக்கும். வீட்டுக்கு அனுப்பி விட்டனர்.

‘கவலைப்படாதே எர்னஸ்டோ. நான் இருக்கிறேன்.’

குழந்தையின் கையைப் பிடித்து எழுத்துக்களைக் கற்றுக் கொடுத்தார் ஸெலியா. வீடு, பள்ளிக்கூடமாக மாறியது. அம்மாவின் மடியில் ஏறி அமர்ந்து பாடங்களைக் கற்றுக் கொள்ள ஆரம்பித்தான் எர்னஸ்டோ.

எர்னஸ்டோவின் எதிர்காலம் குறித்து அடிக்கடி குவேரா லிஞ்ச்சும் ஸெலியாவும் விவாதிப்பார்கள்.

‘எந்த ஒரு விஷயத்திலும் எர்னஸ்டோ பின்தங்கிவிடக் கூடாது. வகுப்பறைகளில் சொல்லிக் கொடுக்கப்படும் பாடங்களைவிட

அதிகமாக அவனுக்கு நான் கற்றுக் கொடுப்பேன்' - தீர்க்கமாகச் சொன்னாள் ஸெலியா.

'ஆனால் படிப்பு மட்டும் போதாது' என்றார் குவேரா லிஞ்ச்.

'வேறு என்ன வேண்டும்?'

'அவன் அடிக்கடி சோர்வடைந்துவிடுகிறான். தொடர்ச்சியாக அமர்ந்து படிக்க முடியவில்லை. காரணம், அவனுடைய ஆஸ்த்மா.'

ஸெலியா மௌனமாக இருந்தார்.

'மற்ற குழந்தைகளைப் போல் அவன் ஓடிப் பிடித்து விளையாட வேண்டும், குறும்புகள் செய்ய வேண்டும்.'

'அதற்கு என்ன செய்வது?'

'நீ பாடங்களைச் சொல்லிக் கொடு. நான் பிற விஷயங்களைப் பார்த்துக் கொள்கிறேன்.'

'அவன் நிச்சயம் பின்தங்கிவிட மாட்டான் அல்லவா?'

'மாட்டான்.'

குவேரா, அடிப்படையில் ஓர் உல்லாசப் பிரியர். அரட்டை, மது, விளையாட்டு இவை இருந்தால் போதும். வேறு எதைப் பற்றியும் அவருக்கு அதிக அக்கறை இருந்தது கிடையாது. ஆனால் எர்னஸ்டோவுக்காக அவர் மாறினார்.

எர்னஸ்டோவைத் தூக்கித் தோளில் போட்டுக் கொண்டு ஓடுவார். உடற் பயிற்சி செய்ய சொல்லிக் கொடுப்பார். மூச்சிரைக்க அவனுடன் ஓடுவார். எப்போதும் சுறுசுறுப்புடன் இருக்கச் சொல்லிக் கொடுப்பார். நண்பர்களைப் போல் இருவரும் ஓடிப் பிடித்து விளையாடுவார்கள். நிறைய அலைவார்கள். கடைவீதிக்குப் போவார்கள். கடற்கரையில் நடப்பார்கள். சண்டை போடுவார்கள்.

மூச்சு வாங்க மலை மீது கைகளைப் பதித்து ஏறுவான் எர்னஸ்டோ. சிறிய மலைக்குன்று அது. உச்சியில் ஏறியவுடன் 'ஹோ'வென்று கூச்சலுடன் கைகளை அசைத்து அட்டகாசமாகச் சிரிப்பான். குதூகலத்துடன் கைகளை அசைப்பார் குவேரா லிஞ்ச்.

வீட்டுக்கு ஓடி வந்து ஸெலியாவிடம் பெருமையுடன் பீற்றிக் கொள்வார்.

'இன்று உன் பையன் என்ன செய்தான் தெரியுமா?'

குதித்துக் கொண்டே சொல்வான் எர்னஸ்டோ. 'பெரிய மலை. இருப்ப திலேயே பெரிய மலை அது. அதன் உச்சியில் நானாகவே ஏறினேன்.'

'அப்படியா?'

'நாளைக்கு என்ன செய்யப் போகிறோம் தெரியுமா?'

'என்ன?'

'நீச்சலடிக்கப் போகிறோம்.'

ஸெலியா சடாரென்று திரும்பி குவேரா லிஞ்ச்சைப் பார்த்தார். குவேரா புன்னகைத்தார். 'கவலைப்படாதே, நான் பார்த்துக்கொள்கிறேன்!' என்று சொன்னது அந்தப் புன்னகை.

•

கடினமான வேலைகளைச் செய்து முடித்தபிறகு, களைப்புடன் அப்படியே மணலில் சரிவது எர்னஸ்டோவுக்கு மிகவும் பிடித்திருந்தது. ஏதோ பெரிதாகச் சாதித்ததைப் போல் இருந்தது. ஒரு சிறிய குன்றின் மேல் ஏறிவிட்டால் போதும், அன்று இரவு முழுவதும் தூக்கமே வராது. கனவு காண ஆரம்பித்துவிடுவான்.

அப்பாவுடன் கோல்ஃப் விளையாட்டு அரங்கத்துக்குப் போவான். அவனைப் போலவே வேடிக்கை பார்க்க வரும் பிற சிறுவர்களிடம் பேசுவான். உற்சாகமாகக் கதைகள் சொல்வான். உணவு விடுதிக்கு உள்ளே ஓடுவான். அங்கே உள்ள சிறுவர்களிடம் நட்பாகப் பழகுவான். கட்டடத் தொழிலாளிகளின் குழந்தைகள் பெரும்பாலோனோர் அவனுடைய நண்பர்கள்.

நண்பர்களுடன் விளையாடாத போது, படுக்கையில் சாய்ந்து அமர்ந் திருப்பான். அலெக்ஸாண்டர் டூமாஸ், ராபர்ட் லூயி, ஸ்டீவன்ஸன், ஜேக் லண்டன், ஜுல்ஸ் வெர்ன் என்று குழந்தை இலக்கியங்களை ஆர்வத்துடன் வாசிப்பான். அப்பா, அம்மா இருவருக்குமே புத்தகங்கள் மீது தீராத காதல். அதனால் புத்தகங்களுக்கு வீட்டில் குறைவிருக்காது. குவேரா லிஞ்சுக்கு சாகஸக் கதைகள் மீது ஆர்வம். ஸெலியாவுக்கோ கவிதைகள். பிரெஞ்சு மொழியின் மீதும் அவருக்கு ஆர்வம் இருந்தது.

எர்னஸ்டோ படித்த பள்ளியில் இத்தாலிய, ஸ்பானிய விவசாயிகளின் குழந்தைகள் அதிகமாகப் படித்தனர். அவர்களுடன் நெருங்கிப் பழகினான் எர்னஸ்டோ. திடீரென்று ஒரு வாரம் பள்ளிக்கூடம் வரமாட்டான். ஆஸ்த்மா உச்சத்தில் இருக்கும். சரியானதும், மீண்டும் பள்ளிக்கு வருவான். சிரித்துப் பேசுவான்.

பள்ளிப் பாடங்களை சுவாரஸ்யமாகப் படித்தான் என்று சொல்ல முடியாது. ஆனால், தான் படித்த கதைகளைப் பற்றித் தன் நண்பர்களுடன் பேசுவதில் அதிக ஆர்வம் கொண்டிருந்தான். எப்போதும் இவனைச் சுற்றி ஒரு கூட்டம் இருந்தது. ‘நம் எல்லோரையும் விட, இவன் வித்தியாசமானவன். நமக்கு எல்லாம் தெரிந்திருப்பதைவிட, இவனுக்கு அதிகம் தெரியும்’ என்று, பிற மாணவர்கள் நினைத்துக் கொண்டனர்.

இதற்குக் காரணம், எர்னஸ்டோவின் குடும்பப் பின்னணி. யாரிடம் எப்படிப் பேச வேண்டும், எப்படி நடந்து கொள்ள வேண்டும் என்பது போன்ற அடிப்படை விஷயங்கள் எர்னஸ்டோவுக்குத் தெரிந்திருந்தன. ஃபியூனஸ் அயர்ஸ் வாசிகள் என்றாலே பொதுவாக, நாசூக்கானவர்கள் என்று அர்ஜெண்டைனாவில் சொல்வார்கள். உதாரணத்துக்கு, எர்னஸ்டோ வாசித்த புத்தகங்களின் பட்டியல், பிற மாணவர்கள் கனவிலும் நினைத்துப் பார்த்திராதது. அவர்களுடைய பாடப் புத்தகங்களைப் படிப்பதே அவர்களுக்குப் பெரிய விஷயமாக இருக்கும். சொல்லிக் கொடுக்க வீட்டில் யாரும் இருக்க மாட்டார்கள். ‘இந்தா படி!’ என்று புத்தகங்களை காசு கொடுத்து வாங்கித் தருகிற அளவுக்கு வசதி இருக்காது.

எர்னஸ்டோவிடம் இருப்பதைப் போன்ற வண்ண வண்ணப் பென்சில்கள் பிற குழந்தைகளிடம் இருக்காது. அவன் அணியும் உடை, பேசும் மொழி, உபயோகிக்கும் பொருள்கள் எல்லாமே அவனை வித்தியாசப்படுத்திக் காட்டும். வீட்டுப்பாடங்களைச் சரிவர செய்யாமல் பிற குழந்தைகள் பள்ளிக்கு வரும்போது எர்னஸ்டோ எல்லாவற்றையும் கச்சிதமாக முடித்து, உற்சாகமாகப் பள்ளிக்கு வருவான்.

●

ஒட்டுமொத்த அர்ஜெண்டைனாவையும் உலுக்கிய ஸ்பானிய உள்நாட்டுப் போர், 1936-ல் தொடங்கியது. இளைஞர்கள், பெரியவர்கள் என்ற வித்தியாசமின்றி அனைவரும் போர் செய்திகளை முனைப்புடன் வாசித்து வந்தனர்.

பத்து வயதான எர்னஸ்டோ, ஸ்பானியப் போரைக் கவனிக்கத் தொடங்கியது ஆச்சரியம். இந்தப் போருக்குப் பின்னாலிருந்த அரசியலை அவன் புரிந்து கொள்ளவில்லை. அது அவனுக்கு அப்போது ஒரு பொருட்டாகவே இல்லை. எர்னஸ்டோ ஆர்வம் காட்டியது, போர் கதைகளில். யார் எப்படிப் போரிட்டார்கள், எப்படி ஜெயித்தார்கள், எந்தெந்தப் பகுதிகளைக் கைப்பற்றினார்கள் என்பது போன்ற அம்சங்களைத்தான் அதிக ஆவலோடு தெரிந்துகொள்ள விரும்பினார். நிறைய சாகஸக் கதைகள் வாசித்ததன் விளைவு.

போர்முனைச் செய்திகளை வாசித்தும், விசாரித்தும் தெரிந்து கொண்டான். ஸ்பெயின் நாட்டின் வரைபடத்தை வாங்கி வந்து தனது அறையில் தொங்கவிட்டுக் கொண்டான். ஃபிராங்கோயிஸ்டுப் படைகள் இன்னின்ன பகுதிகளுக்கு நகர்ந்திருக்கின்றன என்று செய்திகள் வந்தால், உடனே அறைக்குள் ஓடுவான். அந்தப் பகுதிகள் என்னென்ன என்று வரைபடத்தில் பார்ப்பான். அந்தப் பகுதியில் தனது கைவிரல்களைப் படரவிடுவான். தனது வீட்டுத் தோட்டத்தில் ஒரு சிறிய போர்க்களத்தை உருவாக்கி, பதுங்குக் குழிகள் வெட்டினான். மலைகளை உருவாக்கினான், 'இதோ இதுதான் மாட்ரிட், இதுதான் டெருவல்' என்று எழுதி வைத்தான். வரைபடத்தில் இருக்கும் பகுதிகள், மணல் மேட்டில் இருக்கும்.

எர்னஸ்டோவுக்குப் போர் மீது ஆர்வம் ஏற்படுவதற்கு முக்கியக் காரணம், அவனுடைய பெரியப்பா காயடானோ கோர்டோவா. இவர் ஒரு பத்திரிகையாளர், கவிஞர். கம்யூனிஸ்ட் கட்சி உறுப்பினரும்கூட. அயல் நாட்டு நிருபராக ஸ்பெயின் சென்றிருந்தார். போர் பற்றிய அனைத்துச் செய்திகளையும், கட்டுரைகளையும் காயடானோ எர்னஸ்டோவின் வீட்டுக்கு அனுப்பி வைப்பார். இங்கிருந்துதான் செய்திகள், பத்திரிகை அலுவலகங்களுக்குப் போகும். எர்னஸ்டோ அந்தச் செய்திகளை ஆர்வத்துடன் வாசிப்பான். போர் முனையிலிருந்து நேரடியாக வரும் குறிப்புகள் என்பதால், ஒவ்வொரு வார்த்தையையும் ஊன்றி வாசிப்பான். சில சமயம் ஸ்பானிய நூல்களையும், பத்திரிகை களையும் கூடவே காயடானோ அனுப்பி வைப்பார். அவற்றையும் படிப்பான்.

ஸ்பெயினிலிருந்து அகதிகளாக வெளியேறிய பலர், கும்பல் கும்பலாக ஆல்ட்டா கிரேஷியாவில் குடியேறினர். அவர்களைப் பற்றிய பல கதைகள் பரவலாகப் பேசப்பட்டன. எர்னஸ்டோ அவர்களைச் சென்று பார்த்தான். அவர்கள் கூறும் கதைகளைச் சேகரித்துக் கொண்டான். போர் என்பது வெறும் சாகஸம் மட்டுமல்ல என்று அவனுக்குப் புரிந்தது. அதற்குப் பின்னால் உள்ள வலி, நோக்கம் பற்றியெல்லாம் சிந்திக்கத் தொடங்கினான். அரசியல், அரசியல் என்று பலரும் பேசிக் கொள்வதைக் கவனித்தான்.

'அம்மா, அரசியல் பற்றி எனக்கு உடனே சொல்லுங்கள்.'

எர்னஸ்டோ தன் அம்மாவிடம் எத்தனையோ கேள்விகளைக் கேட்டிருப்பான். அப்போது அவர் அடைந்த மகிழ்ச்சியை விட, இப்போது இன்னும் நூறு மடங்கு மகிழ்ச்சி ஸெலியாவுக்கு. எர்னஸ்டோவை இழுத்து அருகில் அமர வைத்து, தனது அரசியல் பார்வையைப் பற்றி மெதுவாகச் சொல்லத் தொடங்கினார். எத்தனை நாள்கள் ஆயிற்று அரசியல் பற்றி அவர் சிந்தித்து, பேசி!

அரசியல் மீது எர்னஸ்டோ ஆர்வம் கொள்ள ஆரம்பித்ததற்கும் குவேரா லிஞ்ச் 'ஆக்‌ஷன் அர்ஜெண்டைனா' என்னும் அமைப்பின் நகரக் கிளையை அமைப்பதற்கும் சரியாக இருந்தது. ஆக்‌ஷன் அர்ஜெண்டைனா ஒரு பாசிஸ எதிர்ப்பு இயக்கம். கூட்டங்களை நடத்தி, பொதுமக்களிடம் பாசிஸ எதிர்ப்பு உணர்வை ஏற்படுத்துவதுதான், இந்த இயக்கத்தின் முக்கியப் பணி.

•

1943-ல் குவேராவின் குடும்பம் கோர்டோபாவுக்குக் குடிபெயர்ந்தது. எர்னஸ்டோவுக்கு இப்போது வயது 15. காலேஜியோ நேஷனல் டீன் ஃப்யூன்ஸ் என்னும் அரசினர் மேல்நிலைப் பள்ளியில் எர்னஸ்டோ சேர்க்கப்பட்டான். வெள்ளையர்கள் மிகுதியாக வாழும் மேட்டுக்குடி பகுதி, இந்த கோர்டோபா. இங்கு, இரண்டு முக்கிய நண்பர்கள் கிடைத்தனர். டோமாஸ் மற்றும் ஆல்பர்ட்டோ கிரனாடோ. எர்னஸ்டோவைவிட ஆறு வயது மூத்தவர் டோமாஸ். எங்கு சென்றாலும் இவருடன்தான் செல்வார்.

முதல் முறையாக ரக்பி விளையாடப் பழகிக் கொண்டான் எர்னஸ்டோ. அவனைப் போன்ற ஓர் ஆஸ்த்மா நோயாளிக்கு, இது கொஞ்சமும் ஒத்துவராத விளையாட்டு. அசுரத்தனமாக ஓடியாடி விளையாட வேண்டியிருக்கும். கடுமையான பயிற்சிகள் தேவை. எர்னஸ்டோவுக்கோ ரக்பி மிகவும் பிடித்துவிட்டது. விளையாடாமல் இருக்க முடியாது. அதேசமயம், கடுமையான உடலுழைப்பைச் செலுத்தவும் முடியாது. என்ன செய்வது?

ஒரு வழி கிடைத்தது. பின்கள ஆட்டக்காரராக மாறினான் எர்னஸ்டோ. இதில் ஒரு வசதி. அங்கும் இங்கும் அதிகம் ஓடவேண்டாம். ஆனால், நுட்பமான முடிவுகளை எடுக்க வேண்டி இருக்கும். வியூகங்கள் வகுக்க வேண்டும். பிற ஆட்டக்காரர்களை வழிநடத்த வேண்டியிருக்கும். மிக முக்கியமாக, தலைமைத் தாங்க வேண்டும். ஆட்டக்காரர்களுக்குத் தொடர்ந்து கட்டளைகளைப் பிறப்பித்துக் கொண்டே இருக்க வேண்டும். நிமிடத்துக்கு நிமிடம் வியூகத்தை மாற்றிக் கொண்டே இருக்க வேண்டும். எல்லாவற்றுக்கும் மேலாக, முதல் தாக்குதலை இவன்தான் தொடங்க வேண்டும்.

உற்சாகத்துடன் இந்தப் புதிய பொறுப்பை ஏற்றுக் கொண்டான் எர்னஸ்டோ. விளையாடும்போதே ஆஸ்த்மா தாக்கும். மைதானத்தை விட்டு ஓடிவிடுவான். அட்ரினலின் ஊசி மருந்தை தனக்குத்தானே செலுத்திக் கொண்டு மீண்டும் விளையாட வருவான். ஒரு மூச்சிழுக்கும் குழலும் (inhaler) எபிநெஃப்ரின் ஊசி மருந்துகளும் எப்போதும் அவனிடம் இருக்கும்.

விளையாட்டு சரி. படிப்பு? 1945-ம் ஆண்டு, நான்காம் ஆண்டில் எர்னஸ்டோ வாங்கிய மதிப்பெண் பட்டியலைப் பார்க்கலாம். இலக்கியத்திலும், தத்துவத்திலும் மிகச் சிறந்த மதிப்பெண்கள். கணிதம், வரலாறு, வேதியியல் இரண்டிலும் மிகவும் குறைந்த மதிப்பெண்கள். இசை, இயற்பியல் இரண்டிலும் கேட்கவே வேண்டாம். மிக மோசமான மதிப்பெண்கள். முரட்டுத்தனமாக ஓடியாடி விளையாடுவதில் அவனுக்கு இருந்த அலாதியான பிரியம் மென்மையான இசையை அனுபவிப்பதில் இருந்ததில்லை.

ஆல்பர்ட்டோவுக்கும் எர்னஸ்டோவுக்கும் இந்த விஷயத்தில் அடிக்கடி சண்டை வரும்.

'எர்னஸ்டோ, நீ எப்போதுதான் நடனமாட கற்றுக் கொள்ளப் போகிறாயோ!'

'எனக்கு நடனம் வரவில்லை, ஆல்பர்ட்டோ. என்னை விட்டுவிடு.'

'அதெப்படி? நீ ஆடத்தான் வேண்டும்.'

சொன்னதற்காகத் தையத்தக்கா என்று குதிப்பானே தவிர, நளினமான அசைவுகள் வராது. அதேபோல்தான் ஆங்கிலமும். அம்மாவிடம் கற்றுக் கொண்ட பிரெஞ்சு கூட நன்றாகவே வந்தது. ஆங்கிலம் மட்டும் அடம் பிடித்தது.

●

ராணுவ எதிர்ப்பு, தீவிரமாக இருந்த சமயம் அது. பல மாணவர்கள் ஆர்வத்துடன் அதில் கலந்து கொண்டனர். ஆல்பர்ட்டோ கிரனாடோ கைது செய்யப்பட்டான். விஷயம் கேள்விப்பட்ட சே, உடனடியாகக் காவல் நிலையத்துக்குச் சென்றான்.

'இதென்ன அநியாயம் ஆல்பர்ட்டோ. உன்னைப் போய் சிறையில் அடைத்துவிட்டார்களே!'

'கவலைப்படாதே எர்னஸ்டோ. போராட்டம் என்று வந்துவிட்டால் எதிர்ப்புகள் சகஜம்.'

எர்னஸ்டோ எதுவும் பேசவில்லை. தன் நண்பனை உற்றுப் பார்த்துக் கொண்டிருந்தான்.

'எனக்காக நீ ஓர் உதவி செய்யவேண்டும் எர்னஸ்டோ.'

'என்ன?'

'நம் தோழர்களை நீ திரட்ட வேண்டும். அனைவரும் ஒன்று சேர்ந்து போராட்டத்தில் இறங்கவேண்டும்.'

படாரென்று வெடித்தான் எர்னஸ்டோ.

'என்னால் முடியாது. ராணுவத்தை எதிர்த்து நின்றால் நம்மை அடித்து துவைத்து விடுவார்கள். இப்படியெல்லாம் போராட்டத்தில் இறங்கக் கூடாது. அதற்கு வேறு வழி இருக்கிறது.'

'அதென்ன?' குழப்பத்துடன் பார்த்தான் ஆல்பர்ட்டோ.

'துப்பாக்கி. துப்பாக்கி இல்லாமல் என்னால் போராட முடியாது.'

குவேரா லிஞ்சுக்கும் ஸெலியாவுக்கும் இடையிலான உறவு விரிசல் விடத் தொடங்கியது. குவேரா லிஞ்சின் வாழ்வில் ஒரு பெண் குறுக்கிட்டாள். அவள் பெயர் ராக்வெல் ஹெவியா. கோர்டோபா பகுதியில் இந்தக் காதல் ஒரு விவாதப் பொருளாக மாறியது. ஒரு நாள் திடீரென்று தன் காதலியை தனது வீட்டுக்கே அழைத்து வந்துவிட்டார் குவேரா. ஸெலியாவும், எர்னஸ்டோவும் வருத்தமடைந்தனர்.

பண நெருக்கடி அதிகரித்தது. புதிய காதலியின் வருகையால் வீட்டில் குழப்பங்களும் மன உளைச்சலும் பெருகியது. லிஞ்சின் ஊதாரித்தன மான கொண்டாட்டங்களால் பாடுபட்டுச் சேர்த்த பெரும் செல்வம் கரைந்து போனது.

உற்சாகமாகத் துள்ளிக் கொண்டிருந்த எர்னஸ்டோவைப் புரட்டிப் போடும் சில சம்பவங்கள் அடுத்தடுத்து நடந்தன.

ஸெலியாவுக்குப் புற்றுநோய் இருப்பது கண்டுபிடித்தார்கள் மருத்துவர்கள். அப்போதே அந்த நோய் தீவிரமாகப் பரவி இருந்தது. செப்டம்பர் 1945-ல் அவருக்கு மார்பக அறுவ சிகிச்சை செய்தார்கள். அறுவை சிகிச்சை வெற்றி பெற்றது என்றாலும், புற்றுநோயின் அபாயம் எர்னஸ்டோவை அதிர்ச்சியடைய வைத்தது. தன் கண் முன்பே தன் தாய் அவதிப்படுவதைக் கண்டு துடித்துப் போனான் எர்னஸ்டோ.

இத்தனை ஆபத்தான புற்று நோயை ஏன் விட்டு வைத்திருக்கிறார்கள் என்று எர்னஸ்டோ திகைப்படைந்தான். ஒரு வேடிக்கையான எண்ணமும் அவனுக்குத் தோன்றியது. 'நாமே ஏன் இதை ஒழித்துக் கட்டக் கூடாது?' மருத்துவம் பற்றி எர்னஸ்டோவுக்கு அப்போது எதுவும் தெரியாது. தன் தாயாருக்கு மருத்துவர்கள் அளிக்கும் சிகிச்சை களை உடனிருந்து பார்த்திருக்கிறான். அவ்வளவுதான்.

ஆனாலும், வரிந்து கட்டிக் கொண்டு இறங்கிவிட்டான். தன் வீட்டுக்குப் பின்னால் மளமளவென்று ஓர் ஆராய்ச்சிக் கூடத்தை ஏற்படுத்தினான். கினியா பன்றிகளை வாங்கி, தனக்குத் தெரிந்தப் பரிசோதனைகளைச் செய்து பார்த்தான்.

22 மருதன்

அதே ஆண்டு லிஞ்ச், ஸெலியா இருவரும் பிரிந்தனர். அப்போது எர்னஸ்டோ உயர்நிலைப் பள்ளியில் படித்துக் கொண்டிருந்தான். லிஞ்ச் வேறு ஒரு புது வீட்டுக்குக் குடிப்பெயர்ந்து விட்டார். ஆனாலும், தன் மனைவியையும் குழந்தைகளையும் அவர் மறந்துவிடவில்லை. எர்னஸ்டோவுக்குத் திடீரென்று பொறுப்புகள் கூடிவிட்டது மட்டும் உண்மை.

ஸெலியா ஃபியூனஸ் அயர்ஸுக்குச் சென்றுவிட்டார். எர்னஸ்டோ, கோர்ட்டோபாவிலேயே தங்கியிருக்க வேண்டியிருந்தது. 1946-ன் இறுதியில், எர்னஸ்டோவின் உயர்நிலைப் பள்ளி படிப்பு முடிவடைந்தது. அடுத்து என்ன படிக்கலாம் என்று யோசித்தபோது, பொறியியலே அவனது முதல் தேர்வாக இருந்தது. பொறியியல் கல்லூரியில் தனது பெயரைக் கூட பதிவு செய்துவிட்டான்.

திடீரென்று எர்னஸ்டோவின் பாட்டி ஆனா லிஞ்ச் நோய்வாய்ப் பட்டிருந்தார். தன் தாய், தந்தையருக்கு அடுத்து எர்னஸ்டோ அதிகம் நேசித்தது, தனது பாட்டியைத்தான். அதனால், உடனடியாக அவன் ஃபியூனஸ் அயர்ஸ் செல்ல வேண்டியிருந்தது. தனது பாட்டியை நேசத்துடன் அருகிலிருந்து கவனித்துக் கொண்டான். ஆனால், ஆனா லிஞ்ச் இறந்து போனார்.

உடைந்து போன எர்னஸ்டோ, தன் தந்தையிடம் வெடித்தான்.

'நான் பொறியியல் படிக்கப் போவதில்லை. என் கண்களுக்கு முன்னாலேயே என் பாட்டி இறந்துவிட்டார். ஆனாலும் என்னால் எதுவும் செய்ய முடியவில்லை.'

'உண்மைதான். ஆனால் அதற்காக நீ படிப்பதை நிறுத்திக் கொள்ளக் கூடாது எர்னஸ்டோ.'

'நிச்சயம் படிப்பேன். ஆனால் பொறியியல் வேண்டாம். மருத்துவம் படிக்கப் போகிறேன். நோயால் யாரும் இனி மரணமடையக் கூடாது.'

•

கல்லூரியில் சேர்ந்து படிப்பை தொடர்வதற்கு முன்னால், ஒரு தொலை தூரப் பயணம் மேற்கொள்ள விரும்பினான் எர்னஸ்டோ.

1949-ம் ஆண்டு அது சாத்தியமானது. மோட்டார் பொருத்தப்பட்ட ஒரு சைக்கிளை தானாகவே தயார் செய்துகொண்டான். பயணத்துக்கு அவர் தேர்ந்தெடுத்தப் பகுதிகள் ஸான்டியாகோ, டெல் எஸ்டெரோ, டுகுமான் மற்றும் சால்ட்டா. தோளில் ஒரு பெரிய முதுகுப்பையை எடுத்து மாட்டிக் கொண்டு கிளம்பிவிட்டான். புதியப் பிரதேசங்களைத்

திகட்டத் திகட்ட கண்டான். கால் போன போக்கில் அலைந்தான். புதிய மனிதர்களைச் சந்தித்தான். அவர்களுடைய வாழ்க்கை முறைகளைக் கேட்டறிந்தான். ஓர் ஆய்வாளரைப் போலவே இருந்தது அவனுடைய அணுகுமுறை.

அதே ஆண்டு இறுதியில், ஓர் அர்ஜெண்டைனாப் பயணக் கப்பலில் செவிலியராகச் சேர்ந்து கொண்டான். 'சில சமயம் சரக்குக் கப்பல்களிலும், சில சமயம் எண்ணெய்க் கப்பல்களிலும் வேலை செய்ய வேண்டியிருக்கும். சம்மதமா?' என்று கேட்டார்கள். மகிழ்ச்சியுடன் ஒப்புக் கொண்டான். இப்படியாவது பல ஊர்களைச் சுற்றி வரலாமே என்பது அவனது ஆசை. அந்த ஆசை, பெரிய அளவில் நிறைவேறியது என்று சொல்ல முடியாது. காரணம், கப்பல் பல துறைமுகங்களுக்குச் சென்றாலும், எர்னஸ்டோ கப்பலுக்கு உள்ளேயே இருக்க வேண்டியிருந்தது. அதனால் எதிர்பார்த்ததைப் போல் சுற்ற முடியவில்லை.

பயணங்களை நேசிக்க ஆரம்பித்தது, எர்னஸ்டோவின் வாழ்க்கையில் ஒரு முக்கியக் கட்டம். எர்னஸ்டோ குவேரா டி லா ஸெர்னா, சே குவேராவாக மாறிப் போனது அந்தக் கட்டத்தில்தான்.

2. புதிய பயணங்கள்

1953-ல் அர்ஜென்டைனாவை விட்டு வெளியேறினார் சே. நினைத்ததைப் போலவே மருத்துவம் பயில தொடங்கினார். மருத்துவத்துறைகளில், குறிப்பாக, ஒவ்வாமை மீதுதான் சேவுக்குக் கூடுதல் ஆர்வம் இருந்தது. அதே போல், பரிசோதனைகளிலும் ஆராய்ச்சி களிலும் தீவிரமாகப் பங்கேற்றுக் கொண்டார். சில பாடங்களில் மற்ற எல்லோரையும் விட அதிக மதிப்பெண்கள் எடுத்து ஆச்சரியப்பட வைப்பார். மற்றவர்களுக்குச் சுலபமாகத் தோன்றும் பாடங்களில் குறைவான மதிப்பெண்களையே எடுப்பார்.

கல்லூரிக்காவது ஒழுங்காக வந்தாரா என்றால் அதுவும் கிடையாது. திடீர் திடீரென்று காணாமல் போய் விடுவார். ஆடை விஷயங்களில் சேவுக்குப் பெரிய ஆர்வம் இல்லை. மற்றவர்கள் எதிர்பார்க்கிற மாதிரி அவர் உடைகள் ஒழுங்காக இருக்காது. ஆனாலும், பல மாணவர்கள் ஆச்சரியமும் பொறாமையும் படும் அளவுக்குச் சேவுக்குப் பல பெண் சிநேகிதர்கள் கிடைத்தனர். அவர்களுள் சிலரிடம் சே மிகவும் நெருக்கமாகப் பழகவும் செய்தார். சில காதல் விவகாரங்களும் இருந்தன.

டிட்டா இன்ஃபான்டே அவர்களுள் ஒருத்தி. டிட்டா, கம்யூனிஸ்ட் இளைஞர் அமைப்பில் உறுப்பினர். சேவுடன் மருத்துவக் கல்லூரியில் ஒன்றாகப் பயின்றவர். அரசியல் பற்றி நிறைய விவாதித்துக் கொள்ளும் சந்தர்ப்பம் சேவுக்குக் கிடைத்தது. ஆனால், இவர் உயிருக்கு உயிராக நேசித்த பெண் இவரல்ல, வேறொருவர்.

அக்டோபர் 1950-ல், கோர்டோபோவில் நடந்த ஒரு நண்பரின் திருமண விழாவுக்குச் சென்றிருந்தார் சே. நண்பர்களுடன் ஒரே அரட்டை, கும்மாளம். சரி, சிறிது நேரம் ஓய்வெடுக்கலாம் என்று நினைத்து, மாடிப் படிக்கட்டு வழியாகக் கீழே இறங்கினார் சே. அப்போதுதான் எதிர் பாராத விதமாக, சிச்சினா ஃபெரைராவைச் சந்தித்தார். சிச்சினாவை அவருக்கு முன்னரே தெரியும். இருந்தாலும், அந்த இடத்தில் இருவரும் ஒருவரையொருவர் எதிர்பார்க்கவில்லை.

சேவைப் பார்த்ததில் சிச்சினாவுக்கு எல்லைக் கடந்த மகிழ்ச்சி. அப்படியே திக்குமுக்காடிப் போய்விட்டார்.

'நாம் சந்தித்து எத்தனையோ ஆண்டுகள் கழிந்துவிட்டதைப் போல் தோன்றுகிறது.'

'எனக்கும் அப்படித்தான்.'

பிறகு இருவரும் ஆர்வத்துடன் பேசத் தொடங்கினர். இருவருமே புத்தகப் பிரியர்கள் என்பதால், அவர்களுடைய உரையாடல் புத்தகங் களைப் பற்றியே இருந்தது. மாலை கடந்து, இரவும் வந்துவிட்டது. இருவரும் பேசுவதை நிறுத்தவே இல்லை.

சிச்சினாவை வைத்த கண் வாங்காமல் பார்த்தபடி, உற்சாகத்துடன் கையை அசைத்துப் பேசிக் கொண்டிருந்தார் சே. பச்சை நிற விழிகள். மெல்லிய தேகம். சேவை விட பல ஆண்டுகள் இளையவர். உடனடி யாக சிச்சினாவைப் பிடித்துப் போனது சேவுக்கு. சிச்சினாவுக்கும் அப்படித்தான். காந்தம்போல் சேவால் வசீகரிக்கப்பட்டார் அவர்.

பேசுவதை நிறுத்திவிட்டு, ஒரு நிமிடம் சிச்சினாவை உற்றுப் பார்த்தார் சே. மெல்லிய குரலில் சொன்னார்.

'உன்னிடம் என்னை இழந்துவிடுவேனோ என்று எனக்குப் பயமாக இருக்கிறது சிச்சினா.'

அந்த மாலை நேர சந்திப்பை இருவராலும் மறக்க முடியவில்லை. சே, சிச்சினாவுக்குத் தொடர்ந்து பல கடிதங்கள் எழுதினார். சிச்சினா இருந்தது, வெகு தூரத்திலிருந்த மாலாகுவேனா என்னும் இடத்தில். சிச்சினாவைப் பார்க்கவேண்டும் போல் இருந்தால், உடனடியாகக் கிளம்பிவிடுவார் சே. காதலர்கள்தான் காலத்தையும் தூரத்தையும் ஒரு பொருட்டாகவே எடுத்துக் கொள்வதில்லையே!

சிச்சினா மீது சேவுக்குத் தீராத காதல் இருந்தது. சிச்சினாவுடன் பேசிக் கொண்டிருந்தால், அவளுடைய பச்சை நிறக் கண்களைப் பார்த்துச் சிரிக்கும் போதெல்லாம் சிறகுகள் முளைத்ததைப் போலவே இருக்கும்.

ஆசை ஆசையாகப் பல காதல் கடிதங்களை எழுதும் போதும் சிச்சினாவை விட்டுப் பிரிந்திருக்கும் போதும் அவளுக்காகக் கவலையுடன் ஏங்கவும் செய்வார்.

சிச்சினாவுடன் ஒரு வாழ்நாளை கழிப்பது, இனிமையான ஓர் அனுபவம்தான். சந்தேகமேயில்லை. ஒரு நாள் திடீரென்று கிளம்பி சிச்சினாவைச் சந்தித்த அவர், 'என்னைத் திருமணம் செய்துகொள்ள சம்மதமா?' என்று கேட்டுவிட்டார். சிச்சினாவும் மகிழ்ச்சியுடன் சம்மதித்தார். இவர்களது காதல், லிஞ்சுக்கும் தெரிந்திருந்தது. எல்லாம் சரியாகவே இருந்தது.

சே, நிறையப் புத்தகங்களை வாசித்தார். சிச்சினாவுடன் இணைந்து பல புதிய புத்தகங்களை நாடினார்கள். நிறைய விவாதித்தார்கள். நிறைய சுற்றினார்கள்.

ஆனால், தனிமையில் அமர்ந்து சிந்திக்கும்போது, காதல், அவருடைய சுதந்தரத்தைக் கட்டுப்படுத்துவதாகவே அவருக்குத் தோன்றியது. சிச்சினாவுக்கும் சே மீது இலேசான அதிருப்தி இருக்கவே செய்தது. ஒரு சிறிய காரணத்துக்காகத்தான் இந்த அதிருப்தி.

'எர்னஸ்டோ, நான் ஒன்று சொன்னால் நீ கோபித்துக் கொள்ளக் கூடாது.'

'மாட்டேன், சொல்.'

'நீ ஏன் எப்போதும் இப்படி இருக்கிறாய்?'

'ஏன்? எப்படி இருக்கிறேன்?'

'சரியாக உடை அணிவதில்லை. உன்னிடம் ரசனையே இல்லை. எப்போதும் அலங்கோலமாகக் காட்சியளிக்கிறாய்.'

சே, சிச்சினாவை உற்றுப் பார்த்தார்.

'இப்படி உடைகள் அணிவதுதான், என்னுடைய இயல்பு.'

'மற்றவர்கள் பார்த்தால் என்ன நினைத்துக் கொள்வார்கள்?'

'அது பற்றி எனக்குக் கவலையில்லை. யாருக்காகவும் நான் என்னை மாற்றிக் கொள்ள வேண்டிய அவசியம் கிடையாது. என்னுடன் கைகோத்துக் கொண்டு வருவதற்கு உனக்குச் சங்கடமாக இருந்தால் சொல். அநாவசியமாக நான் உனக்குத் தொல்லை கொடுக்க விரும்பவில்லை.'

'நீ என்னை எப்போதும் தவறாகவே புரிந்து கொள்கிறாய் எர்னஸ்டோ.'

'உன்னுடைய பிற நண்பர்களுடன் என்னை நீ ஒப்பிட வேண்டாம். அவர்களைப்போல் பகட்டாக இருக்க எனக்குத் தெரியாது. அதற்கான அவசியமும் எனக்கில்லை.'

'உனக்கு ஏன் இவ்வளவு கோபம் வருகிறது?'

சிச்சினாவால் ஒரு கட்டத்துக்கு மேல் சேவைப் புரிந்து கொள்ள முடிய வில்லை. சே, வசதியான நபரல்ல என்று சிச்சினாவுக்குத் தெரியும். ஆனால், அதற்காக இப்படி ஒழுங்கற்ற முறையில் அவர் தோற்ற மளிப்பது, எரிச்சலையே ஏற்படுத்தியது. 'புதிய ஆடைகள் வாங்கி உடுத்திக் கொள்ள வேண்டாம். விலையுயர்ந்த காலணிகள் அணிய வேண்டாம். குறைந்தது, தலைமுடியை வாரிக் கொள்ளவாவது முடியு மல்லவா? அதற்குமா பிடிவாதம் பிடிக்க வேண்டும்? கேட்டால் எரிந்து விழ மட்டுமே தெரியும்' - சிச்சினாவின் மனதில் வெறுப்பு வளர ஆரம்பித்தது.

என்றாலும், சே மீது சிச்சினாவுக்கு அழுத்தமான ஈர்ப்பும் இருந்தது. எனவேதான், எத்தனை முறை சண்டை போட்டாலும், முறைத்துக் கொண்டாலும், திரும்பத் திரும்ப அவரால் சேயுடன் சிரித்துப் பேச முடிந்தது.

வழக்கம்போல், சிச்சினாவைச் சந்திக்க ஒருமுறை மாலாகுவேனாவுக்கு வந்தார் சே. சேவை எப்படியாவது தன் தந்தையிடம் அறிமுகப்படுத்த வேண்டும் என்பது சிச்சினாவின் விருப்பம். ஒரு சிறிய விருந்துக்கு ஏற்பாடு செய்திருந்தார். கலைந்த தலைமுடி, அரதப்பழசான உடைகளுடன் புன்னகைத்தபடியே வந்து சேர்ந்தார் சே.

அறிமுகம் முடிந்து அனைவரும் உணவு மேஜையின் முன் அமர்ந்தனர். சிச்சினாவின் தந்தை ஏதோ ஒரு விஷயத்தைப் பற்றி சேவுடன் விவாதிக்கத் தொடங்கினார். சேவின் அலங்காரம், ஏற்கெனவே அவரை எரிச்சலடையச் செய்திருந்தது. இருந்தாலும் கடமைக்காகப் பேச்சுக் கொடுத்தார். சே, அதை விளையாட்டுப் பேச்சாக எடுத்துக் கொள்ளவில்லை. உணர்ச்சிகரமாக மாறிவிட்டார் அவர். விவாதம், வாக்குவாதமாக மாறியது.

சிச்சினாவின் தந்தையால் பொறுக்க முடியவில்லை. சடாரென்று எழுந்துவிட்டார்.

'இனி ஒரு நிமிடம் கூட என்னால் இதைச் சகித்துக் கொள்ள முடியாது.'

சிச்சினா, கோபத்துடன் சேவைத் திரும்பிப் பார்க்க... சே புன்னகை யுடன் அவரை ஏறிட்டுப் பார்த்தார். பிறகு, கொஞ்சமும் அலட்டிக்

கொள்ளாமல் ஒரு எலுமிச்சம் பழத்தைக் கையில் எடுத்துச் சிறிது சிறிதாகக் கடித்துச் சாப்பிடத் தொடங்கினார்.

●

அக்டோபர் 17-ம் தேதி. விடுமுறைக்காக கோர்டோபா வந்திருந்தார் சே. நேராக ஆல்பர்ட்டோவின் வீட்டுக்குச் சென்றார். இருவரும் தோட்டத்துக்குச் சென்றனர். திராட்சைக் கொடிகளுக்குக் கீழே அமர்ந்து மேட் (தேயிலையிலிருந்து தயாரிக்கப்படும் பானம்) அருந்தியபடியே பேசத் தொடங்கினர்.

'வாழ்க்கையே சலிப்பாக இருக்கிறது ஆல்பர்ட்டோ. மருத்துவப் படிப்பு, பரீட்சை, பெண்கள், காதல், எல்லாமே சலித்துவிட்டது. களைப்பும், சோர்வுமே எஞ்சியிருக்கின்றன.'

'ஆ! உனக்குமா?'

திடீரென்று ஆல்பர்ட்டோ கேட்டார்.

'நாம் ஏன் வடஅமெரிக்காவுக்குப் போகக் கூடாது?'

சே துள்ளி குதித்தார். 'நல்ல யோசனை. ஆனால் எப்படிப் போவது?'

ஆல்பர்ட்டோ தனது கைகளை உயர்த்தினார். 'இருக்கவே இருக்கிறது லா பாடெரோஸா.'

சே திரும்பிப் பார்த்தார். ஒரு மோட்டார் சைக்கிள் நின்று கொண்டிருந்தது. அருந்திக் கொண்டிருந்த மேட் கோப்பையை அப்படியேக் கீழே வைத்துவிட்டு, ஆசையுடன் அந்தச் சைக்கிளிடம் ஓடினார் சே.

●

பயணத்துக்கான ஏற்பாடுகள் தொடங்கின. தன் தந்தையை சந்தித்து அவரிடம் பேசினார் சே.

'அப்பா, நான் நீண்ட பயணத்துக்குச் செல்ல விரும்புகிறேன்.'

குழப்பத்துடன் தன் மகனைப் பார்த்தார் குவேரா லிஞ்ச்.

'எங்கே?'

'வெனிசூலாவுக்கு. பிறகு, பல பகுதிகளுக்கு.'

'எவ்வளவு நாளுக்கு அங்கே இருக்கப் போகிறாய்?'

'ஒரு வருடத்துக்கு.'

‘இப்படித்தான் சில மாதங்களுக்கு முன்னால் வந்து சிச்சினாவைத் திருமணம் செய்து கொள்ளப் போகிறேன் என்றான். இப்போது ஊர் சுற்றப் போகிறேன் என்கிறானே!’ மீண்டும் குழப்பத்துடன் சேவைப் பார்த்தார்.

‘சிச்சினாவைத் திருமணம் செய்து கொள்ளப் போவதாகச் சொல்லி யிருந்தாயே?’

‘அவள் என்னைக் காதலிக்கிறாள் என்றால் எனக்காகக் காத்திருப்பாள்.’

புன்னகையுடன் விடை பெற்றார் சே. லிஞ்ச் யோசித்தார். ‘இவனுக்கு எல்லாமே திடீர் திடீரென்றுதான் தோன்றுமா?’

நினைத்த வேகத்தில் நினைத்ததை முடித்தாக வேண்டும். முடியுமா, முடியாதா என்பது இரண்டாம் பட்சம்தான். இதுதான் தன் மகனிடம் லிஞ்ச்சுக்குப் பிடித்த விஷயம். அவனைக் கண்டு அவர் அடிக்கடி பயப்படுவதற்கும் இதுவேதான் காரணம்.

அடுத்து, சிச்சினாவைச் சந்தித்தார் சே. இப்படி ஓர் ஆபத்தான பயணத்தை, சே மேற்கொள்வது குறித்து சிச்சினாவும் இருவரும் விவாதித்தனர். விடை பெறுவதற்கு முன்னால் சிச்சினாவுக்கு ஒரு கடிதமும் எழுதினார்.

‘நான் எந்த அளவுக்கு உன்னைக் காதலிக்கிறேன் என்று உனக்கு நன்றாகத் தெரியும். ஆனால் ஒரு விஷயம். உனக்காக நான் என்னுடைய சுதந்தரத்தை, விட்டுக் கொடுக்க விரும்பவில்லை. அப்படி நான் செய்தால், அது என்னையே விட்டுக் கொடுப்பதற்குச் சமமாகும். இந்த உலகத்தில் உன்னைவிட முக்கியமான ஒரு நபர் இருக்கிறார். அது நான்தான்.’

கடிதத்தைப் படித்து முடித்தவுடன் அழுகை வந்துவிட்டது சிச்சினாவுக்கு. நேரில் ஒரு முறை சந்திக்க வேண்டும் என்று சேவைக் கேட்டுக் கொண்டார். மிராமரில் உள்ள கடற்கரைக்கு அருகே இருவரும் வந்து சேர்ந்தனர். இருவருக்கும் மறக்க முடியாத அனுபவத்தை அந்தக் கடல் அவர்களுக்கு அளித்தது.

விடை பெற வேண்டிய நேரம் வந்தது. நிலவு காய்ந்து கொண்டிருந்தது. கைகளைக் கோத்தபடி இருவரும் அமர்ந்திருந்தனர்.

‘எர்னஸ்டோ, இந்தப் பிரிவை நினைத்தால் எனக்குப் பயமாக இருக்கிறது’ என்றார் சிச்சினா.

சிச்சினாவின் கைவிரல்களை அழுத்தமாகப் பற்றிக் கொண்டார் சே.

‘இது பிரிவுதான். ஆனால் நிச்சயம் நாம் ஒன்று சேருவோம். எனக்கு அந்த நம்பிக்கை இருக்கிறது.’

நள்ளிரவு வரை, நடுங்கும் குளிர் தாக்கும்வரை அப்படியே அமர்ந்திருந்தனர்.

‘காலை, நான் கிளம்பிவிடுவேன் சிச்சினா.’

சிச்சினா, தலையைக் கவிழ்த்தபடி அமர்ந்திருந்தார்.

‘உன் நினைவாக, உன்னிடமிருந்து இதை எடுத்துக் கொள்கிறேன்.’

சிச்சினா அணிந்திருந்த வளையலைக் கழட்டினார் சே.

‘எப்போதும் உன் கரங்களை நான் பற்றிக் கொண்டிருப்பேன்.’

•

ஜனவரி 1952-ல் உற்சாகத்துடன் தொடங்கியது அந்தப் பயணம். எட்டு மாதங்களில் ஐந்து நாடுகளைச் சுற்றி வருவதாகத் திட்டம். பெரிய முதுகுப் பை தயாராகிவிட்டது. உள்ளே ஏராளமான காய்கறிகள், பதப்படுத்தப்பட்ட இறைச்சித் துண்டுகள். ஆந்திய மலைப் பகுதிகளில் தொடங்கி, ஸான் கார்லோஸ் பாரிலோஷே, ஸாண்டியாகோ வழியாக, சிலி செல்வதாகத் திட்டம். மலை, ஏரி அத்தனையையும் மோட்டார் சைக்கிள் தாக்குப் பிடிக்க வேண்டும் என்பதற்காக, எல்லா முன்னேற்பாடுகளும் தயாராக இருந்தன.

ஆனால், மோட்டார் சைக்கிள் சரிவர ஒத்துழைக்கவில்லை. மலைப்பகுதியை நெருங்கும்போதே கோளாறுகள் தொடங்கிவிட்டன. சே வண்டியை ஓட்டிக் கொண்டிருந்தபோது, மோட்டார் சைக்கிள் ஒரு வளைவில் சறுக்கி விழுந்தது. மிக மோசமான விபத்தாக இது அமைந்தது. ஆல்பர்ட்டோ அதிக காயமில்லாமல் தப்பிவிட்டார். சேவின் கால், சிலிண்டரின் கீழே சிக்கிவிட்டது. சிலிண்டர் ஏற்கெனவே சூடாகிப் போயிருந்ததால், காலில் பலத்த புண்.

மழை வேறு பிடித்துக் கொண்டது. பெஞ்சமின் ஜோரிலா என்னும் இடத்தில் தங்கி ஓய்வெடுத்துக் கொண்டனர். மறுநாள், அதிகாலை மேட் பானம் தயார் செய்ய தண்ணீர் எடுத்து வருவதற்காகச் சென்றார் சே. அவரால் நிற்க முடியவில்லை. கால்கள் நடுங்கத் தொடங்கின. மாத்திரைகள் சாப்பிட்டும் பயனில்லை. பிறகு ஆல்பர்ட்டோவின் மேல் சாய்ந்தபடி ஒரு மருத்துவரிடம் அழைத்துச் சென்றனர். ஒருவழியாகப் பென்சிலின் ஊசி போட்டு, அவரைத் தேற்றினார்கள்.

எதிர்பாராத விபத்துகளும், எதிர்பாராத உடல் உபாதைகளும் அழகிய பயணத்தில் ஒட்டிப் பிறந்தவை. சேவுக்கு இவை புதிதல்ல. ஆசை

ஆசையாகக் கட்டி அமைத்த மோட்டார் சைக்கிள் படுத்துக் கொண்டது. லாரியில் வைத்து எடுத்து வந்து பழுது பார்த்தனர். சில மணி நேரம் ஓடியது. பிறகு மீண்டும் சுருண்டு கொண்டது. இறுதியில், ஸாண்டியா கோவில் அதற்கு விடை கொடுத்தனர். மோட்டார் சைக்கிள் பயணம் என்று இந்தப் பயணம் பரவலாக அழைக்கப்பட்டாலும், உண்மையில் மோட்டார் சைக்கிளில் இவர்கள் அதிகம் பயணிக்கவே இல்லை என்பதுதான் நிஜம்.

ஆனால், சே எதிர்பார்த்த சுதந்தரம் மட்டும் அபரிமிதமாகவே கிடைத்தது. கடற்கரையில் அமர்ந்து அலைகளை வேடிக்கைப் பார்க்க முடிந்தது. மலைச் சரிவுகள் வழியாக நடந்துச் செல்ல முடிந்தது. ஒரு மிதவையில் அமேசான் நதியில் மிதந்துச் செல்ல முடிந்தது. டிட்காகா ஏரியில் நின்றபடி, முழு சூரியனும் கடலில் மறைவதை கண்கள் விரிய பார்த்து ரசிக்க முடிந்தது.

இடையிடையே சிறுசிறு வேலைகளைச் செய்தனர். சரக்குகளை ஏற்றி, இறக்கினர். மூட்டைச் சுமந்தனர். மாலுமிகளாக மாறினர். காவல் காத்தனர். மருத்துவம் பார்த்தனர். பேருந்துகளில் உதவி ஆள்களாக இருந்தனர். பணம் கிடைத்தது. உற்சாகத்துடன் செலவழித்தனர்.

●

சே திரும்பி வரும்வரை காத்திருக்கவே சிச்சினா விரும்பினார். ஆனால் வீட்டிலிருப்பவர்களுக்கு இந்த முடிவில் திருப்தி இல்லை. சே போன்ற ஓர் ஊர் சுற்றிக்காகக் காலவரையற்றுத் தன் மகள் காத்திருப்பதை அவளுடைய பெற்றோரால் சகித்துக் கொள்ள முடியவில்லை. சேவை மறந்துவிடும்படி சிச்சினாவின் தாயார் அவரைத் தொடர்ந்து நச்சரித்துக் கொண்டிருந்தார்.

சிச்சினாவின் மனமும் ஊசலாடத் தொடங்கியது. 'சே எப்போது திரும்பி வருவார்? வந்தாலும், எத்தனைக் காலத்துக்கு என்னுடன் இணைந்து வாழ்வார்? மீண்டும் அடுத்த பயணத்துக்குக் கிளம்பிவிட மாட்டார் என்று என்ன நிச்சயம்? தவிரவும், என் மீது சேவுக்கு உண்மையிலேயே காதல் இருக்கிறதா இல்லையா?'

ஒரு முடிவுக்கு வந்தார் சிச்சினா. சாக்காபுகோவிலுள்ள அந்த நூலகத்துக்குச் சென்றார். கண்களில் கண்ணீர் வழிந்து கொண்டு இருந்தது. அறைக் கதவைச் சாத்தினார். மளமளவென்று ஒரு கடிதம் எழுதினார். எழுதி முடித்து கடிதத்தை உரையிலிட்டார். சேவின் பெயரை எழுதும்போதே அழுகைப் பொத்துக் கொண்டு வந்தது. அவரால் தாங்கிக் கொள்ள முடியவில்லை. குலுங்கிக் குலுங்கி அழத் தொடங்கினார்.

●

இந்தக் கடிதம் சேவின் கைகளுக்குக் கிடைத்தபோது, அவர் பாரிலோஷே ஏரிகளுக்கு அருகே சுற்றிக் கொண்டிருந்தார். சிச்சினா இப்படி ஒரு முடிவை எடுப்பார் என்று அவரால் ஏற்றுக் கொள்ள முடிய வில்லை. மீண்டும் மீண்டும் அந்தக் கடிதத்தை பல முறை படித்தார். அவரது முகம் மாறியது. ஆல்பர்ட்டோ அதைக் கவனித்துவிட்டார்.

'அது என்ன கடிதம் எர்னஸ்டோ? ஏன் இப்படி கலங்கிப் போயிருக்கிறாய்?'

'ஒன்றுமில்லை, எனது கனவுகள் நொறுங்கிவிட்டன. அவ்வளவுதான்.'

மார்ச் 13-15 தேதிகளில் இருவரும் சூக்கிகாமாட்டாவை வந்தடைந் தனர். சிலியில் உள்ள ஒரு பகுதி இது. கம்யூனிஸ்ட் கட்சியின் கோட்டை இருப்பது இங்கேதான். கடுமையான குளிர். இந்த இடத்தில் ஒரு கம்யூனிஸ ஜோடியைச் சந்தித்தார் சே. ஒருவர் மீது ஒருவர் சாய்ந்தபடி, உல்லாசமாகச் சுற்றிக் கொண்டிருந்தது அந்த ஜோடி. அன்றையப் பொழுது முழுவதையும் அவர்களுடன் கழித்தார் சே. அந்த ஜோடியின் கம்யூனிஸப் பற்று, சேவை யோசிக்க வைத்தது. ஒரு சமூகம் ஆரோக்கியமாக இருக்க, கம்யூனிஸம் அளிக்கும் பங்கை அவர் குறித்து வைத்துக் கொண்டார்.

தனது பயணத்தைத் தொடங்கிய நாள் முதலாக, சே தனது அனுபவங் களை ஒரு புத்தகத்தில் குறிப்புகளாக எழுதி வைக்கத் தொடங்கினார். சிலியின் அரசியல் நிகழ்வுகளையும் அவர் பதிவு செய்திருக்கிறார். 'மோட்டார் சைக்கிள் குறிப்புகள்' என்னும் பெயரில் இவை பின்னர் வெளிவந்தன.

வறுமை, அநீதி, கொடுங்கோல் ஆட்சி போன்றவைப் பற்றிய சேவின் பார்வை தீர்க்கமாக வளர்ச்சி பெற்றன. ஆனால், அரசியல் குறித்த அவரது பார்வை தேவையான அளவுக்கு வளரவில்லை. அரசியல் சித்தாந்தங்கள் குறித்த தெளிவான அணுகுமுறையும் இன்னமும் அவரிடம் இல்லை.

ஏப்ரல் மாதம் பெருவிலுள்ள மச்சு பிக்குவுக்கு வந்து சேர்ந்தனர். பூர்வீக இந்தியர்கள் படும் பாட்டை நேரில் கண்டு கண் கலங்கினார். மச்சு பிக்குவின் வளத்தைச் சூறையாடிய அமெரிக்கர்களைக் கண்டு கொதித்தார்.

சேவின் ஏகாதிபத்திய எதிர்ப்பு உணர்வு அதிகரித்துக் கொண்டே போனது.

•

ஸான் பாப்லோ பகுதியிலிருந்த தொழுநோயாளிகளின் குடியிருப்புக்குச் சென்ற இருவரும், பதினைந்து நாள்களை அங்கே கழித்தனர். ஒரு பயணியாகவே சுற்றிக் கொண்டிருந்த சே, தொழுநோயாளிகளைக் கண்டதும் இதமான மருத்துவராக மாறிப் போனார். கைகளில் விரல் இல்லாமல் மொன்னையாக இருந்த ஒரு மனிதன், கைவிரல்களுக்குப் பதிலாகக் குச்சிகளை பயன்படுத்தி அக்கார்டியன் வாசித்ததை அவரால் மறக்கவே முடியவில்லை. சமூகம், தொழுநோயாளிகளை விலக்கி வைத்திருப்பது அவருக்கு வேதனையளித்தது.

அமேசான் நதியைக் கடக்கும்போது, மீண்டும் ஆஸ்த்மா சேவைக் கடுமையாகத் தாக்கியது. போதிய மருந்து இல்லாததால், அவதிப்பட வேண்டியிருந்தது. கொதிக்க வைக்க நீர் கிடைக்காது. எல்லாவற்றையும் சகித்துக் கொண்டார்.

அமெரிக்காவுக்குச் செல்வதற்கு அனுமதி கிடைக்கவில்லை. ஆல்பர்ட்டோ வெனிசூலாவிலேயே தங்கிவிட்டார். சே தொடர்ந்து முயன்று கொண்டிருந்தார். இறுதியாக ஓர் அர்ஜெண்டைனா நண்பன் மூலமாக, ஒரு வாய்ப்பு கிடைத்தது. பந்தயக் குதிரைகளை ஏற்றிச் செல்லும் விமானத்தில் இடம் கிடைத்தது. மறுக்காமல் ஏறிக் கொண்டார். மியாமியில் ஒரு நாள் தங்கிவிட்டு, பிறகு காரகாஸுக்குத் திரும்பி அங்கிருந்து அர்ஜெண்டைனா திரும்புவதுதான் திட்டம்.

ஆனால், மியாமியில் இறங்கிய விமானத்தில் கோளாறு. அதைச் சரிப் பார்க்கும் வரை மியாமியிலேயே தங்கியிருக்க வேண்டிய அவசியம் ஏற்பட்டது. இன்ஜினைப் பழுதுபார்க்க அதிக நாள்கள் ஆகும் என்பதை உணர்ந்த சே, மியாமியிலுள்ள ஒரு சிறிய விடுதியில் தங்கிக் கொண்டார். அமெரிக்காவின் அந்தச் சிறு பகுதியைச் சுற்றிச் சுற்றி வந்தார் சே. தினமும் கடற்கரைக்கு வருவார். வேடிக்கை பார்ப்பார். இப்படியே ஒரு மாதம் மியாமியில் கழிந்துவிட்டது. செப்டம்பர் 1952-ல் விமானம் பழுது பார்க்கப்பட்டு, அர்ஜெண்டைனா வந்து சேர்ந்தார் சே.

●

கோர்டோபாவில் தொடங்கி சிலி, பெரு, கொலம்பியா வழியாக வெனிசூலா வந்தடைந்து, பிறகு காரகாஸிலிருந்து கிளம்பி மியாமி வந்து மீண்டும் அர்ஜெண்டைனா திரும்பினார் சே.

இந்தப் பயணம் மிகவும் விரிவான ஓர் அனுபவத்தை சேவுக்கு வழங்கியது. பல்வேறு விதமான மக்களைச் சந்திக்கும் வாய்ப்பு கிடைத்தது. மிக முக்கியமாக, லத்தீன் அமெரிக்க நாடுகள் குறித்த நேரடிப் பரிச்சயமும் கிடைத்தது.

●

தன் அத்தையின் வீட்டில் தங்கி, எஞ்சியிருந்தப் பாடங்களை கடுமையாகப் படிக்கத் தொடங்கினார் சே. இனி பரீட்சையில் தேறிவிடலாம் என்ற நம்பிக்கைப் பிறக்கும் வரை படித்துக் கொண்டே இருந்தார்.

பட்டப் படிப்பை முடிக்க வேண்டுமென்றால், கட்டாய ராணுவப் பணி செய்தாக வேண்டும். சேவுக்கோ இதில் துளி விருப்பமும் இல்லை. ராணுவச் சேவையைத் தவிர்ப்பது சரியல்ல. ஆனால், அதற்காகப் பயந்து அதில் இணைந்து கொள்ளவும் முடியாது. யோசித்து ஓர் உபாயத்தைக் கண்டுபிடித்தார் சே.

ராணுவத் தேர்வுக்குச் செல்வதற்கு முந்தைய நாள், குளிர்ந்த நீரில் அப்படியே உறைந்துப் போய் அமர்ந்திருந்தார் சே. உடல் நடுங்கத் தொடங்கியது. அசையாமல் அப்படியே இருந்தார். ஆஸ்த்மா கடுமையாகிவிட்டது என்பதை உறுதி செய்தபிறகே எழுந்தார். நேராக மருத்துவ ஆணையத்துக்குச் சென்றார். அவர் எதிர்பார்த்த இன்பச் செய்தி கிடைத்தது. 'ராணுவப் பணிக்கு நீங்கள் தகுதியற்றவர்.'

தப்பித்தோம், பிழைத்தோம் என்று ஓடி வந்த சே, படிப்பில் முழுக் கவனம் செலுத்தினார். தினமும் குறைந்தது பதினான்கு மணிநேரம் வாசித்தார். 1953 ஜூலையில் மருத்துவத் துறையில் எம்.டி. பட்டம் கிடைத்தது.

சிச்சினாவை ஒரு முறை பார்க்க வேண்டும் போல் இருந்தது. மாலாகுவேனோவில் இருவரும் சந்தித்துக் கொண்டனர்.

அதே பச்சை நிற விழிகளுடன், துடிதுடிப்புடன் சிச்சினா. அதே அழுக்கு உடையில், கலைந்த தலைமுடியுடன், ஒல்லி இளைஞராக சே. இருவரும் ஒருவரை ஒருவர் பார்த்தபடி அமர்ந்திருந்தனர். எத்தனை மணி நேரம் கடந்தது என்று இருவருக்கும் தெரியவில்லை. பிறகு இருவரும் வெவ்வேறு பாதையில் நடக்கத் தொடங்கினார். ஒரு வார்த்தைக்கூட இருவரும் பேசிக் கொள்ளவில்லை.

3. ஆயுதம் அவசியம்; அமெரிக்கா அநாவசியம்

சால்வடார் பிஸானி என்பவரின் ஆய்வகத்தில், ஒவ்வாமையியல் நிபுணராகத் தனது பணியைத் தொடங்கினார் சே. சம்பளம், தங்கும் இடம் இரண்டும் கிடைத்தது. ஒவ்வாமை அவருக்குப் பிடித்த பாடமாக இருந்தது. தனது ஆஸ்த்மா பிரச்னைக்குத் தானே ஒரு சிறந்த, நிரந்தரத் தீர்வைக் கண்டுபிடிக்க வேண்டும் என்று விரும்பினார். பல மணி நேரங்களை ஆய்வகத்தில் இதற்காகச் செலவிட்டார்.

அதே சமயம், அவர் மருத்துவத் துறை சம்பந்தப்படாத வேறு சில புத்தகங்களையும் ஆர்வத்துடன் வாசிக்கத் தொடங்கினார். தனது நண்பர்களுடன் பல விஷயங் களைப் பற்றி மும்முரமாக விவாதிக்கவும் தொடங்கினார்.

முன்னர் சேவைப் பார்த்த அவரது நண்பர்களுக்கும், ஒரு மருத்துவராக மாறியபின் அவரைப் பார்த்த நண்பர் களுக்கும் ஒரு வித்தியாசம் பளிச்சென்று தெரிந்தது.

'எர்னஸ்டோவை கவனித்தாயா? அவன் இப்போ தெல்லாம் எதைப் பற்றி அதிகமாகப் பேசுகிறான், பார்த்தாயா?'

'பார்த்தேன். ஆனால் இது எந்த அளவுக்கு அவனுடைய தொழிலுக்கு உதவியாக இருக்கும் என்றுதான் தெரிய வில்லை.'

உண்மைதான். சேவின் சமீப கால உரையாடல்கள் ஒரு விதத்திலும் அவரது மருத்துவப் பணிக்குத் தொடர் பில்லாதவை. ஒவ்வாமை குறித்தோ அல்லது நவீன மருத்துவ வளர்ச்சிகளைக் குறித்தோ அவர் அதிகம்

பேசவில்லை. மாறாக, அமெரிக்க ஏகாதிபத்தியத்தைப் பற்றியும் லத்தீன் அமெரிக்காவின் அவல நிலைமைகளைப் பற்றியும்தான், அவர் தொடர்ச்சியாகப் பேசிக் கொண்டும் சிந்தித்துக் கொண்டும் இருந்தார்.

ஒரு கட்டத்தில், அவரால் தொடர்ந்து மருத்துவப் பணியில் தன்னை ஈடு படுத்திக் கொள்ள முடியவில்லை.

மீண்டும் ஒரு பயணம் தேவை என்று அவரது உள்மனம் திடீரென்று சொன்னது. தயாரானார்.

'அம்மா, நான் விடை பெறுகிறேன்.'

ஃபியூனஸ் அயர்ஸில் இருந்து கிளம்பத் தயாரானார் சே.

ஸெலியாவின் கண்கள் கலங்கியிருந்தன.

'எர்னஸ்டோ, நான் உன்னை நிரந்தரமாக இழந்துவிடுவேனோ என்று எனக்குப் பயமாக இருக்கிறது!'

'இல்லை, இந்தப் பிரிவு தாற்காலிகமானதுதான். என்னைப் பற்றி இனி நீங்கள் கவலைப்பட வேண்டாம்.'

எத்தனை மறுத்தும், விடாப்பிடியாக இரயில் நிலையம் வரை வந்தார் ஸெலியா. வண்டி நகரத் தொடங்கியதுதான் தாமதம். கைகளை அசைத்தபடியே வண்டியின் பின்னால் ஓடத் தொடங்கினார்.

•

அர்ஜெண்டைனாவிலிருந்து சே விடைபெற்றதற்கு, ஒவ்வொருவரும் ஒவ்வொரு விதமான காரணத்தைச் சொல்கிறார்கள். பெரானின் சர்வாதிகார ஆட்சியை சகிக்க முடியாமல் அவர் வெளியேறிவிட்டார் என்பது, பொதுவாக ஏற்றுக் கொள்ளப்படும் வாதம். மற்றொரு வாதம், பயணங்கள் மீதான சேவின் மோகம். லத்தீன் அமெரிக்காவை, அதன் வலிகளை, அதன் இன்பங்களை, அதன் உணர்வை முழுமையாக உள்வாங்கிக் கொள்ள வேண்டும் என்னும் வெறி, சேவிடம் இருந்தது. தவிரவும், வெனிசூலாவிலேயே தங்கிவிட்ட ஆல்பர்ட்டோவைச் சந்திப்பதாக, சே வாக்குறுதி அளித்திருந்தார். அங்குள்ள தொழு நோயாளிகள் குடியிருப்பில் தங்கி, அவர்களுக்கு உதவுவதிலும் அவருக்கு ஆர்வம் இருந்தது.

மீண்டும் ஒரு பயணம் தொடங்கியது. பொலிவியாவில் சில வாரங்களைக் கழித்தார் சே. லா பாஸுக்கு அருகிலுள்ள ஒரு சுரங்கத்தில் அவர் கண்ட காட்சி, அவருக்குள் ஆழ்ந்த தாக்கத்தை ஏற்படுத்தியது. முதல் முதலாக அமெரிக்க யதேச்சாதிகாரத்தை நேரடியாகக் காணும் சந்தர்ப்பம்

ஏற்பட்டது. கடினமாக வேலை செய்யும் பொலிவியத் தொழிலாளர்களை மேலும் மேலும் கசக்கிப் பிழிந்து கொண்டிருந்தனர் அமெரிக்க மேஸ்திரிகள். தொழிலாளர்களைக் குறைந்தபட்சம் மனிதர்களாகக் கூட மதிக்கவில்லை அவர்கள்.

பொலிவியாவிலிருந்து வெளியேறி, மச்சு பிக்குவுக்குச் சென்றார் சே. பிறகு அங்கிருந்து லீமா. முன்னர் ஆல்பர்ட்டோவோடு மேற்கொண்ட பயணத்தின் பாதையையே இந்த முறையும் சே பயன்படுத்தினார். இரண்டு கண்களையும் அகல விரித்து பார்வையிட்டுக் கொண்டே வந்தார். சென்ற முறை வந்ததற்கும் இந்த முறை வருவதற்கும் நிறைய வித்தியாசங்கள் இருப்பதை அவரால் உணர முடிந்தது. அர்ஜெண்டைனா நண்பர்கள் சிலரை வழியில் சந்தித்தார். சென்ற தடவைப் போலவே இந்த முறையும் பல சிக்கல்களைச் சந்திக்க வேண்டியிருந்தது. திட்டங்களை மாற்றிக் கொள்ள வேண்டியிருந்தது. கையில் சல்லிக்காசு இல்லை.

சில நண்பர்களின் ஆலோசனையின் பேரில் கௌதமாலா செல்வதற்கு ஒப்புக் கொண்டார் சே. முற்றிலும் புதிய பகுதியாக இருந்தது கௌதமாலா. வெகு சீக்கிரத்தில், கௌதமாலா அவருக்குப் பிடித்துப் போனது. காரணம், அந்தப் பகுதி மக்களிடையே பரவியிருந்த அமெரிக்க எதிர்ப்பு உணர்வு. அமெரிக்கா என்னும் பிரும்மாண்டமான பூதத்தை எதிர்த்து நிற்கும் துணிச்சல், லத்தீன் அமெரிக்காவின் பொந்தில் வசிக்கும் கௌதமாலா மக்களிடம் இருந்தது, அவருடைய உற்சாகத்தை அதிகப்படுத்தியது. இத்தனைக்கும் அவர்கள் பூர்வீக மக்கள். பெரிய அளவில் வசதி வாய்ப்புகள் இல்லாதவர்கள்.

அடுத்து பனாமா கால்வாய் சென்றார். பிறகு கோஸ்டா ரிக்கா. அமெரிக்க கம்பெனியான யுனைடெட் ஃப்ரூட்டின் பிரும்மாண்டமான பண்ணைகள் இங்கேயும் அமைந்திருந்தன. எரிச்சலும், கோபமும் ஒருசேர அவரைத் தாக்கின.

‘ஆ, முதலாளித்துவ ஆக்டோபஸ்கள் எங்கெல்லாம் பரவி இருக்கிறார்கள்!’

எந்த மூலைக்குச் சென்றாலும் அங்கு அமெரிக்கா காலூன்றி இருப்பதைக் கண்டார். கடல் போல் விரிந்திருக்கும் அந்தப் பண்ணை களைச் சுற்றி வந்தபடியே தன் மனத்துக்குள் சொல்லிக் கொண்டார் சே.

‘உங்களை எல்லாம் ஒழிக்கும் வரை எனக்கு ஓய்வு கிடையாது.’

●

ஸான் ஜோஸ் (San Jose) பகுதியில் சில நாள்களை சே கழிக்க வேண்டியிருந்தது.

ஜூலை 26, 1953. யோசித்துக் கொண்டே நடந்து கொண்டிருந்த சே, யதேச்சையாகத்தான் அந்த இருவரையும் சந்தித்தார். அந்த இருவருக்கும் சேவைப் பற்றி எதுவும் தெரியாது. சேவுக்கும் அவர்களைத் தெரியாது. இருந்தாலும், புதிய பகுதியில் அவர்கள் நேருக்கு நேராகச் சந்தித்துக் கொண்டதால், பரஸ்பரம் புன்னகைத்துக் கொண்டனர்.

சே அவர்களிடம் பேச்சுக் கொடுத்தார்.

'உங்களைப் பார்த்தால் புதியவர்களாகத் தெரிகிறதே. நீங்கள் எந்தப் பகுதியைச் சேர்ந்தவர்கள்?' சே கேட்டார்.

'ஸாண்டியாகோவிலிருந்து வருகிறோம்.'

'நீங்கள் க்யூபர்களா?'

'ஆமாம். என் பெயர் காலிக்ஸ்டோ கார்ஷியா. இவன் என்னுடைய நண்பன், ஸெவரினோ ராஸ்ஸல்.'

அவர்களிடம் இன்னமும் பேசவேண்டும் போல் இருந்தது சேவுக்கு.

'ஸாண்டியாகோ எப்படி இருக்கிறது?'

காலிக்ஸ்டோ புன்னகைத்தார். 'உங்களுக்கு விஷயம் தெரியாதா?'

'ஏன்? என்ன?'

'ஸாண்டியாகோவின் கிழக்குப் பகுதியில் பதற்றம். அங்குள்ள மான்காடா என்னும் ராணுவப் படைத் தளத்தின் மீது புரட்சியாளர்கள் தாக்குதல் நடத்தியிருக்கிறார்கள்.'

சேவால் நம்ப முடியவில்லை.

'நீங்கள் மெய்யாகவா சொல்கிறீர்கள்? ராணுவத்துக்கு எதிராகப் போராடும் பலம், உண்மையிலேயே க்யூபப் புரட்சியாளர்களிடம் உள்ளதா? மான்காடா உண்மையாகவே தாக்கப்பட்டதா?'

'ஆமாம், நாங்கள் இருவரும் மான்காடாவிலிருந்து தப்பி வந்தவர்கள் தாம்.'

திகைத்துப்போனார் சே.

காலிக்ஸ்டோ தொடர்ந்தார். 'ஃபல்ஜென்ஷியோ பாடிஸ்டாவின் ஆட்சியைத் தூக்கியெறிந்தபிறகுதான் நாங்கள் ஓய்வோம். அதுவரை எங்கள் போராட்டம் தொடரும்.'

'உங்களை வழிநடத்திச் செல்பவர் யார்?'

'ஃபிடல் காஸ்ட்ரோ!'

•

ஸான் ஜோஸிலிருந்து வெளியேறி, குவாதமாலா வந்தடைந்தார் சே. அவருடைய இலக்கு மெக்ஸிகோ. ஆனால், மெக்ஸிகோ செல்வது அத்தனைச் சுலபமல்ல என்று அவருக்குத் தெரிந்தது. ஏராளமான கெடுபிடிகள் இருந்தன. மெக்ஸிகோவுக்குக் காலடி எடுத்து வைக்கும் ஒவ்வொருவரும் தங்கள் நாட்டிலிருந்து நற்சான்றிதழ் பெற்று வரவேண்டும். இல்லாவிட்டால், அனுமதி கிடைக்காது.

சான்றிதழுக்கு விண்ணப்பித்து விட்டு, குவாதமாலாவிலுள்ள அர்ஜெண்டைனா தூதரகத்தில் தங்கிக் கொண்டார் சே. கௌதமாலாவைப் புரிந்து கொள்ளவும் முயன்றார். பெரும்பாலும் ஏழைகளே அதிகம் இருந்தனர். வேலையில்லாத் திண்டாட்டம் உச்சத்தில் இருந்தது. உணவு இல்லை; சுகாதாரம் இல்லை; அடிப்படை வசதிகள் இல்லை; மருத்துவ வசதிகள் இல்லை. நோய்களோ எக்கச்சக்கம். இதுவரை தான் பார்த்த ஏதாவது ஒரு லத்தீன் அமெரிக்க நாடாவது, சுபிட்சமாக இருந்திருக்கிறதா என்று யோசித்துப் பார்த்தார். ஒன்று கூட நினைவுக்கு வரவில்லை.

மருத்துவராகப் பணியாற்றலாம், முடிந்தவரை உதவலாம் என்று ஒரு முடிவுக்கு வந்து, மக்கள் நல அமைச்சகத்தைத் தொடர்பு கொண்டார். ஆனால், அந்நியரான சேவுக்கு மருத்துவப் பணி புரியும் உரிமையை அவர்கள் அளிக்கவில்லை. ஒரு மாதத்துக்கு மேல் நடையாக நடந்தும் யாரும் சேவை ஒரு பொருட்டாக மதிக்கவில்லை.

விறுவிறுவென்று நேராக மக்கள் நல அமைச்சரின் அலுவலகத்துக்கு நுழைந்தார் சே.

'இனியும் இழுத்தடிக்க வேண்டாம். முடியுமா, முடியாதா?'

கண்களில் தீப்பொறி பறக்க நின்று கொண்டிருந்த அந்த அழுக்கு இளைஞனை அலட்சியமாகப் பார்த்தார் அந்த அதிகாரி.

'முடியாது.'

'மருத்துவத்தில் அவருக்கு இருந்த கொஞ்ச நஞ்ச நாட்டமும்' மறைந்து போனது. மனமொடிந்து போயிருந்த அவரை ஆஸ்த்மா கடுமையாகத் தாக்கி, படுக்கையில் தள்ளியது. கடுமையான குளிர் அவரை இம்சித்தது. சேவின் மோசமான நிலைமையைக் கண்ட அவரது நண்பர்கள் கலங்கிப் போனார்கள்.

அப்போதுதான், ஹில்டா காடியாவின் சிநேகம் அவருக்குக் கிடைத்தது. மிகச் சரியான தருணத்தில் ஹில்டா தனது நட்புக்கரத்தை

நீட்டினார். சேவை அருகிலிருந்து கவனித்துக் கொண்டார் ஹில்டா. சே ஒரு மருத்துவர் என்பதும், மிகச் சிறந்த வாசிப்பாளர் என்பதும் ஹில்டாவைப் பரவசப்படுத்தியது. புத்தகங்களைப் பற்றி இருவரும் உரையாடத் தொடங்கினார்கள். சேவின் வீட்டு வாடகைப் பாக்கியை ஹில்டா செலுத்தினார். சேவுக்குத் தேவைப்படும் புத்தகங்களை வாங்கி வந்து கொடுத்தார்.

பெரு நாட்டைச் சேர்ந்தவர் ஹில்டா. புரட்சிகர சிந்தனையாளர். குள்ள மானவர், சற்று பருமனானவரும் கூட. APRA (American People's Revolutionary Association) என்னும் புரட்சிகர இயக்கத்தின் உறுப்பினர் மற்றும் முக்கியப் போராளியும் கூட. 1924-ல் தொடங்கப்பட்ட இயக்கம் இது. தொடங்கி வைத்தவர் விக்டர் ரால் ஹாயா டி லா டோரே. மக்கள் பலத்தை நம்பி துணிச்சலாகத் தொடங்கப்பட்ட அமைப்பு. மார்க்ஸிய-லெனினிய சித்தாந்தங்களைக் கற்றுணர்ந்தவர்கள் இந்த அமைப்பைச் சேர்ந்தவர்கள்.

சே நோயிலிருந்து விடுபட்டு புத்துணர்ச்சி பெற்றதற்குக் காரணம், ஹில்டாவுடனான தொடர் விவாதங்கள். முன்னர் சிச்சினா ஏற்படுத்திய அதே பரவசத்தை, அதே சலசலப்பை ஹில்டாவும் ஏற்படுத்தினார். ஆனால் சிச்சினாவைப்போல் இல்லாமல் ஹில்டாவுடனான உறவு ஆழமானதாக இருப்பதாக, சேவுக்குத் தோன்றியது. பல புதிய நண்பர்களை சே ஹில்டாவின் மூலமாகப் பெற்றார். மார்க்ஸ், எங்கெல்ஸ், லெனின் போன்றோரின் எழுத்துக்களை சே வாசிக்கத் தொடங்கியது ஹில்டாவின் தோழமைக்குப் பிறகுதான்.

சோவியத் யூனியன், பொலிவியப் புரட்சி தொடங்கி ஹில்டாவின் உலக அறிவு விஸ்தீரணமாக இருப்பதைக் கண்டு அதிசயித்தார் சே.

ஒரு நாள் விருந்தின்போது, சே தன் மனத்தில் இருந்ததை வெளிப்படையாக ஹில்டாவிடம் பகிர்ந்து கொண்டார்.

'ஹில்டா, உன்னிடம் பேச வேண்டும்.'

சேவைக் கேள்விக்குறியுடன் ஏறிட்டார் ஹில்டா.

'என்னைத் திருமணம் செய்து கொள்வாயா?'

ஒரு நிமிடம் எர்னஸ்டோவை உற்றுப் பார்த்தார் ஹில்டா. பிறகு சகஜ நிலைக்குத் திரும்பினார். அவர் முகத்தில் புன்னகைப் பூத்திருந்தது.

'நிச்சயம் எர்னஸ்டோ, ஆனால் நாம் சில காலம் காத்திருக்க வேண்டும்.'

சேவின் மகிழ்ச்சி நீண்ட நாள்களுக்கு நீடிக்கவில்லை. காரணம் கௌதமாலாவில் அரங்கேறிக் கொண்டிருந்த மின்னல் வேக அரசியல் மாற்றங்கள். ஹில்டாவுடன் இணைந்து, கௌதமாலாவை உன்னிப்புடன் கவனிக்கத் தொடங்கினார் சே. நான்கு கண்களைக் கொண்டு அவர் கண்ட பல காட்சிகள், அவரை அதிர்ச்சியின் உச்சத்துக்குத் தள்ளின.

கௌதமாலாவின் மொத்த நிலப்பரப்பில் எழுபது சதவிகிதத்தை வைத்திருப்பது, இரண்டு சதவிகித ஆள்கள்தான். இந்த இரண்டு சதவிகித ஆள்களை ஆட்டிப் படைத்தது யுனைடெட் ஃப்ரூட் என்கிற கம்பெனி. இந்த கம்பெனிக்குப் பின்னால் இருப்பது அமெரிக்கா. ஆக, கௌதமாலாவைத் தனது உள்ளங்கையில் வைத்துக் கொண்டிருந்தது அமெரிக்கா. யுனைடெட் ஃப்ரூட் வைத்ததுதான் சட்டம். அரசாங்கம், பொதுப்பணித்துறை, சட்டம் - ஒழுங்கு எல்லாமே பெயரளவில்தான். இவை அனைத்தையும் கால் மேல் கால் போட்டுக் கொண்டு நிர்வகித்து வந்தது யுனைடெட் ஃப்ரூட்தான்.

1951, மார்ச் 15-ம் தேதி ஜேக்கபோ அர்பென்ஸ் குஸ்மன் குடியரசுத் தலைவராகப் பொறுப்பேற்றுக் கொண்டபின் சில மாற்றங்கள் ஏற்படத் தொடங்கின. யுனைடெட் ஃப்ரூட்டின் சட்ட திட்டங்களை மீறி துணிந்து பல சீர்திருத்தங்களை அமல்படுத்தினார் அர்பென்ஸ்.

ஜுன் 1952-ல் நில சீர்திருத்தத்தைக் கொண்டு வந்தார் அர்பென்ஸ். சிதறிக் கிடந்த நிலங்களைக் கையகப்படுத்தி, அரசுடைமையாக்கினார். சம்பாதிக்கும் அனைவரும் வருமான வரி கட்டவேண்டும் என்றார். தொழிலாளர்களைத் தாங்கிப் பிடித்தார். வேலை நிறுத்தம் செய்யும் உரிமை, கூலி உயர்வு கேட்கும் உரிமை போன்ற அடிப்படை உரிமைகள் அவர்களுக்கு உண்டு என்று சட்டத்தைத் திருத்தி எழுதினார்.

அதிர்ந்து போனது வாழைப்பழ கம்பெனியான யுனைடெட் ஃப்ரூட் கம்பெனி. இதுவரை யாரும் அவர்களுக்கு எதிராக சுண்டுவிரலைக் கூட நீட்டியதில்லை. அர்பென்ஸை இப்படியே விட்டுவைத்தால், பிறகு வியாபாரம் குட்டிச்சுவராகிவிடும் என்று அலறியடித்துக் கொண்டே அமெரிக்காவுக்குத் தந்தியடித்தது.

வாஷிங்டன் களத்தில் குதித்தது. மார்ச் 1954-ல் காரகாஸில் அமெரிக்க நாடுகளின் சங்க மாநாடு கூட்டப்பட்டது. குவாதமாலாவில் அட்டகாசம் செய்துவரும் அர்பென்ஸைத் தீவிரமாகக் கண்டித்து கோஷங்கள் எழுப்பப்பட்டன. இதெல்லாம் போதாது என்றது வாழைப்பழ கம்பெனி. 'சற்று பொறு ஐயா' என்று புன்னகைத்த வாஷிங்டன், தனது சேஷ்ட குமாரனான சி.ஐ.ஏ.வை அழைத்தது.

'என்ன செய்வீர்களோ, ஏது செய்வீர்களோ தெரியாது. கௌதமாலா மீண்டும் சகஜ நிலைக்குத் திரும்ப வேண்டும். அர்பென்ஸைத் தூக்க வேண்டும்.'

தயாரானது சி.ஐ.ஏ. அதேசமயம், கௌதமாலாவில் பல சிக்கல்கள் எழுந்தன. அர்பென்ஸைத் தாங்கிப் பிடித்த பலர், ஏனோ அவரை விட்டு விலகத் தொடங்கினர். ராணுவத்துக்குள் பல மோதல்கள் வெடித்தன. முடிவெடுக்க முடியாமல் திணறிப் போனார் அர்பென்ஸ். இதுதான் சரியான தருணம் என்று பாய்ந்தது சி.ஐ.ஏ. 1954-ம் ஆண்டு ராணுவப் புரட்சி வெடித்தது. ஹோண்டுராஸிலிருந்துப் புறப்பட்ட ஒரு படை, அதிரடியாக கௌதமாலாவுக்குள் புகுந்தது. அர்பென்ஸ் பதவி விலகினார். கம்யூனிஸ்ட் கட்சியின் போராளி என்னும் விதத்தில் ஹில்டா கைது செய்யப்பட்டார்.

•

தொடக்கத்தில் அர்பென்ஸ் கொண்டு வந்த மாற்றங்களை கைதட்டி வரவேற்றார் சே. இப்படி ஒரு தலைவர்தான் லத்தீன் அமெரிக்காவுக்குத் தேவை என்று மகிழ்ந்தார். அமெரிக்காவை அவர் ஒதுக்கித் தள்ளிய விதம், சேவைக் கவர்ந்தது. ஆனால் அமெரிக்கா என்னும் ராட்சஸனைத் தனியொரு ஆளோ, கௌதமாலா போன்ற கடுகளவு நாடோ எதிர்க்க முடியாது என்ற கசப்பான உண்மையையும் அவர் புரிந்து கொண்டார்.

கௌதமாலா விவகாரத்தில் சேவின் பார்வை பல இடங்களில் சறுக்கியது. மக்களுக்காக இத்தனைச் செய்யும் அர்பென்ஸை மக்கள் தாங்கிப் பிடிப்பார்கள், அமெரிக்கப் படைகளுக்கு எதிராக, பொது மக்கள் ஆயுதங்களைச் சுமந்து போரிடுவார்கள் என்று சே எதிர்பார்த்தார். ஆனால், அது நடக்கவில்லை. அரசுக்கு எதிராக ராணுவம் போரிடும் என்று சே எதிர்பார்க்கவேயில்லை.

தன் தாயாருக்கு எழுதிய கடிதத்தில் இப்படிக் குறிப்பிட்டார் சே.

'துரோகம் இழைப்பதே ராணுவத்தின் பொழுதுபோக்காக இருக்கிறது. எந்த இடத்தில் ராணுவம் இல்லையோ அந்த இடத்தில்தான் ஜனநாயகம் தழைக்கும் என்னும் பழமொழி மீண்டும் ஒரு முறை நிரூபிக்கப்பட்டிருக்கிறது. இப்படி ஒரு பழமொழி இல்லை என்றால், அதை நானே உருவாக்கினேன் என்று நினைத்துக் கொள்ளுங்கள்.'

கௌதமாலா சம்பவத்திலிருந்து இரண்டு விஷயங்களை சே கிரஹித்துக் கொண்டார். ஒன்று, ஆயுதம் அவசியம். மக்களுக்கு ஆயுதங்கள் வழங்கப்பட வேண்டும். ஆயுதங்கள் இருந்திருந்தால், நிச்சயம் கௌதமாலா மக்கள் இன்னும் வெறித்தனமாகப் போராடியிருப்பார்கள்.

இரண்டு, அமெரிக்கா அநாவசியம். லத்தீன் அமெரிக்கா உயிருடன் இருக்க வேண்டுமானால் அமெரிக்கா என்னும் நாசகார சக்தி அவசியம் அழிக்கப்பட வேண்டும் அல்லது ஒதுங்கி வேடிக்கைப் பார்க்கும் அளவுக்கு ஓரங்கட்டிவிட வேண்டும். இந்தக் கருத்தில் மாற்றமே தேவையில்லை என்று முடிவு செய்தார் சே.

மெக்ஸிகோ போகும் கனவு இன்னமும் அவரிடம் எஞ்சியிருந்தது. அதற்கான அனுமதியைப் பெறுவதற்காக, அர்ஜெண்டைனா தூதரகத்துக்குத் தொடர்ந்து நடைப்பயணம் செய்து கொண்டிருந்தார். தூதரகத்தில் அடைக்கலம் கொண்டிருந்த பலருக்கு மருத்துவ உதவிகளைச் செய்து கொண்டிருந்தார்.

மீண்டும் பல க்யூபர்களைச் சந்திக்கும் வாய்ப்பு கிடைத்தது. நிகோலோபஸ் என்னும் க்யூபரைத் தனது நண்பராக்கிக் கொண்டார் சே.

'ஃபிடல் காஸ்ட்ரோவைப் பற்றி நிறைய தெரிந்துகொள்ள ஆசைப்படு கிறேன். அவரைப் பற்றிச் சொல்ல முடியுமா?'

நிகோலோபஸ் சேவுக்கு ஃபிடலைப் பற்றிய விரிவான அறிமுகத்தை வழங்கினார். ஆச்சரியத்தின் உச்சிக்கே போனார் சே. இத்தனைத் துடிப்புடன் இருக்கும் அந்த இளைஞரை நினைத்து நினைத்துப் பூரித்துப் போனார்.

ஆகஸ்ட் மாதம் நிலைமை ஓரளவுக்குச் சீரடைந்தது. சே மெக்ஸிகோ செல்வதற்கான அனுமதியும் வந்து சேர்ந்தது. சிறையிலிருந்த ஹில்டாவைச் சந்தித்தார் சே.

'நான் முதலில் கிளம்பி மெக்ஸிகோ செல்கிறேன். நீயும் வந்துவிடு.'

4. கனவுகளைத் தேடி

செப்டம்பர் மாதம் மெக்ஸிகோ வந்து சேர்ந்தார் சே.

கையில் காசில்லை, வேலை கிடைக்குமா கிடைக்காதா என்று தெரியாது. நண்பர்கள் என்று சொல்லிக் கொள்ளும்படி யாரும் கிடையாது. சேவின் தந்தை சில முகவரிகளைக் கொடுத்திருந்தார். முகம் தெரியாத அந்த நபர்களின் பெயர்களைச் சுமந்து கொண்டு அந்தப் புதிய நகரத்தில் உலாவினார் சே.

அமெரிக்காவிடம் முழுமையாகத் தம்மை ஒப்படைத் திருந்தது மெக்ஸிகோ. எந்தப் பக்கம் திரும்பினாலும் அமெரிக்க நிறுவனங்கள், மெக்ஸிகர்களைச் சக்கையாகப் பிழிந்தெடுத்துக் கொண்டிருந்தனர். எது வாங்கினாலும் அநியாய விலை.

தந்தை கொடுத்தனுப்பிய கடிதத்துடன் யுலிஸஸ் பெட்டிட் டி முராட் என்பவரது வீட்டுக்குள் நுழைந்தார் சே. அவர் ஒரு திரைக்கதை ஆசிரியர்.

சேவை ஏற, இறங்கப் பார்த்தார். என்ன தோன்றியதோ திடீரென்று இப்படி ஒரு கேள்வியைக் கேட்டார்.

'உனக்குப் புகைப்படம் எடுக்கத் தெரியுமா?'

'தெரியும்' என்றார் சே.

விரைவில், மெக்ஸிகோ தெருக்களில் கேமராவோடு சுற்றத் தொடங்கினார். சுற்றுலாப் பயணிகளை விதவித மாகப் படம் எடுத்தார். அவர்கள் அளிக்கும் பணத்தைப் பெற்றுக் கொண்டார்.

பிறிதோர் சந்தர்ப்பத்தில், ஒரு பொது மருத்துவமனையில் ஒவ்வாமை ஆய்வாளராகப் பணியாற்றும் வாய்ப்புக் கிடைத்தது. பணப் பிரச்னைத் தீர்ந்தது. தானே சமையல் செய்து சாப்பிடத் தொடங்கினார். மெக்ஸிகோ வந்தும் அவரை விடாமல் பற்றிக் கொண்டிருந்த ஒரு விஷயம் அலங்கோலமான உடைகள். சமைக்கக் கற்றுக் கொண்ட அவருக்குத் துணி மட்டும் துவைக்க வரவில்லை. அதே கந்தல் கோலம்தான் இங்கும்.

ஒரு நாள் மருத்துவமனையில் எதிர்பாராதவிதமாக நிகோ லோபஸைச் சந்தித்தார். மெக்ஸிகோவிலும் அவர் அகதியாகவே இருந்தார். இருவரும் ஆர்வத்துடன் பல விஷயங்களை விவாதிக்கத் தொடங்கினர்.

ஜூன் மாதம். சேவைச் சந்திக்க வந்தார் நிகோ லோபஸ்.

'எர்னஸ்டோ, ஒரு முக்கிய நபரிடம் உன்னை அழைத்துச் செல்லப் போகிறேன். என்னுடன் வருகிறாயா?'

மறுப்பு எதுவும் சொல்லாமல் தயாராகிவிட்டார் சே.

நிகோலோபஸ், சேவுக்கு அறிமுகப்படுத்திய நபர், ரால் காஸ்ட்ரோ. அப்போதுதான் அவர் சிறையிலிருந்து விடுவிக்கப்பட்டிருந்தார். க்யூபா மாணவர் தலைவராக இருந்தார். ரால் காஸ்ட்ரோவுடன் ஆர்வத்துடன் பேசத் தொடங்கினார் சே.

க்யூபாவின் அரசியல் வரலாற்றைப் புரிந்து கொள்ளத் தொடங்கினார் சே. வாசிக்க வாசிக்க, சேவின் ரத்தம் கொதித்தது.

•

தொடக்கத்தில் ஸ்பெயினின் ஆதிக்கத்திலிருந்தது க்யூபா. எல்லாம் கொலம்பஸ்ஸின் கைங்கர்யம். தப்பித் தவறி க்யூபாவில் காலடி எடுத்து வைத்த இவர், இப்படி ஓர் அற்புதமான தீவை நாமே மடக்கிக் கொள்ளலாமே என்று ஸ்பெயின் மகாராணிக்குத் தந்தியடித்தார். க்யூபாவை வளைத்துப் பிடிக்கும் முயற்சியில் இறங்கியது ஸ்பெயின். க்யூபாவின் பூர்வீக பழங்குடியினர், வலுக்கட்டாயமாக அகற்றப் பட்டனர். பிரிய மறுத்தவர்கள் கொல்லப்பட்டனர். 1511-ல் தொடங்கியது ஸ்பெயினின் ஆதிக்கம்.

இருந்த அத்தனை நிலங்களையும் வளைத்துப் போட்டது ஸ்பெயின். நிலத்தைச் சீர்செய்ய லட்சக்கணக்கான ஆப்பிரிக்க அடிமைகளைப் பணியில் அமர்த்தியது. தங்கம், வெள்ளி, ஆபரணக் கற்கள் என்று கண்ணில் பட்ட எதையும் அவர்கள் விட்டு வைக்கவில்லை. வெகு சீக்கிரத்தில், ஸ்பெயினின் ஆதர்சன பூமியாக மாறிப் போனது க்யூபா.

கூடவே கொஞ்சம் பயமும் வந்தது. அந்நியர்கள் வேறு யாராவது உள்ளே நுழைந்துவிட்டால்? க்யூபாவை நாம் அபகரித்ததைப்போல் வேறு யாராவது நம்மிடம் அபகரித்துவிட்டால்?

அப்படித்தான் நடந்தது. க்யூபாவால் கவரப்பட்ட பிரிட்டன், 1762-ல் ஸ்பெயின் மீது போர் தொடுத்தது. ஹவானாவைக் கைப்பற்றியது. ஆனால், பிரிட்டனால் க்யூபாவைத் தக்க வைத்துக் கொள்ள முடியவில்லை. மீண்டும் ஸ்பெயினிடமே வந்து சேர்ந்தது க்யூபா.

இந்த முறை, கூடுதல் கவனத்துடன் செயல்பட்டது ஸ்பெயின். க்யூபா மட்டும் போதாது, முழு லத்தீன் அமெரிக்காவையும் சுருட்டிக் கொள்ள வேண்டும் என்று திட்டம் போட்டது.

விரைவில், அர்ஜென்டைனா, பெரு, பொலிவியா, கௌதமாலா என்று ஒன்றன்பின் ஒன்றாக அனைத்து நாடுகளும் ஸ்பெயினின் காலனி உடைமைகளாக மாறிப் போயின.

இப்படியே விட்டால், லத்தீன் அமெரிக்கா என்ற ஒரு பிரதேசமே பூமியில் இருக்காது என்று பயந்த க்யூபர்கள், போராட்டம்தான் ஒரே வழி என்ற முடிவுக்கு வந்தனர். காலனியாதிக்கத்தை எதிர்க்க வேண்டும் என்ற உணர்வு ஆழமாக வேரூன்றத் தொடங்கியதும் அப்போதுதான். ஆனால், அத்தனைப் போராட்டங்களையும் அடக்கி ஒடுக்கியது ஸ்பெயின்.

19-ம் நூற்றாண்டின் பிற்பகுதி வரை ஸ்பெயின், லத்தீன் அமெரிக்காவில் கொடி கட்டிப் பறந்தது. பிறகு, சரியத் தொடங்கியது. காலனிகளாக இருந்த நாடுகள் ஒவ்வொன்றாகக் கழண்டு போகத் தொடங்கின. ஸ்பெயினால் தாக்குப் பிடிக்க முடியவில்லை. பொருளாதாரம் சரிந்து கொண்டிருந்தது. க்யூபாவில் எதிர்ப்புகள் அதிகரித்துக் கொண்டிருந்தன.

எல்லாவற்றையும் அமைதியாக வேடிக்கை பார்த்துக் கொண்டு இருந்த அமெரிக்கா, விழித்துக் கொண்டது. ஸ்பெயின்தானே விழித்துக் கொள்ள வேண்டும், அமெரிக்கா எங்கிருந்து வந்தது என்கிறீர்களா? இங்குதான் விஷயமே இருக்கிறது. ஸ்பெயினைப் போலவே அமெரிக்காவுக்கும் க்யூபாவின் மீது ஒரு கண். ஸ்பெயின் விதித்திருந்த சட்டங்களை மீறி க்யூபாவிலிருந்து சர்க்கரை மற்றும் பிற பொருள்களை கொள்முதல் செய்து கொண்டிருந்தது. பிறகு, எதற்கும் இருக்கட்டும் என்று சில ஏக்கர்களை க்யூபாவில் வாங்கிப் போட்டது. அமெரிக்கா ஒரு நாட்டுக்குள் நுழைந்தால், ஒட்டகம் கூடாரத்துக்குள் நுழைந்த கதை மாதிரிதான். முதலில் காது. பிறகு கால். பிறகு வால். கூடாரம் காலி.

க்யூபாவைக் கைப்பற்றிவிட்டால், ஒட்டுமொத்த லத்தீன் அமெரிக்காவையும் சுருட்டி சட்டைப் பைக்குள் போட்டுக்

கொள்ளலாம் என்பது அமெரிக்காவின் கனவு. முதலில் ஸ்பெயினிடம் பேசிப் பார்த்தது. 'க்யூபா வேண்டும், எவ்வளவு கேட்கிறீர்கள்?' என்றது. 'மன்னிக்கவும். க்யூபாவைத் தருவதாக இல்லை' என்றது ஸ்பெயின். அப்படியானால் சரி என்று வீட்டுக்குப் போய்விடவில்லை அமெரிக்கா. சரியான தருணம் வரும்வரைக் காத்திருந்தது.

அப்படி ஒரு தருணம் அமைந்தபோது, தயங்காமல் ஸ்பெயின் மீது போர் தொடுத்து, க்யூபாவைக் கைப்பற்றியது. கூடாரம் கைமாறியது. அடுத்த நான்கு ஆண்டுகளில் க்யூபாவைச் சல்லடையாகச் சலித்து எடுத்து விட்டது அமெரிக்கா. கண்ணில் பட்ட நிலத்தை எல்லாம் சுருட்டிக் கொண்டது. அமெரிக்க நிறுவனங்களே சல்லிசாக ஏதாவது ஒரு விலையை நிர்ணயிக்கும். பிறகு, அவர்களே அதை 'வாங்கிக் கொள்வார்கள்.' ஓர் ஏக்கர் நஞ்சை, புஞ்சை ஒரு டாலர் மட்டுமே. கசக்குமா? அமெரிக்காவின் பின்புறத் தோட்டமாக மாறியது க்யூபா.

யுனைடெட் ஃப்புரூட் கம்பெனியைப் பற்றி இங்கு சொல்லியாக வேண்டும். க்யூபா தவிர பிரேசில், சிலி, அர்ஜெண்டைனா, கௌதமாலா என்று பல நாடுகள் இந்த கம்பெனியின் பிடியில் இருந்தன. சாதாரண வாழைப்பழ கம்பெனி அல்ல இது. போக்கிரி தாதாவும் கூட. பழங்களைப் பறித்து, பொட்டியில் போட்டு ஏற்றுமதி செய்வது மட்டுமல்ல இதன் வேலை. இந்த கம்பெனி எந்த நாட்டில் கால் பதித்திருக்கிறதோ அந்த நாட்டைக் கபளீகரம் செய்வதுதான், இதன் விருப்பமான பொழுதுபோக்கு. கரும்பு, வாழைப்பழ வியாபாரம் எல்லாம் பெயரளவுக்குத்தான்.

க்யூபாவில் மட்டும் யுனைடெட் ஃப்ரூட் நிறுவனம் இரண்டு லட்சத்து நாற்பதாயிரம் ஏக்கர் நஞ்சை நிலப்பரப்பை கையகப்படுத்திக் கொண்டது. ஒரு ஏக்கருக்கு இவர்கள் கொடுத்த தொகை மூன்று டாலர். அடுத்து, கப்பல்கள் வாங்கியது. துறைமுகங்களை விரிவுப்படுத்தியது. போதாக்குறைக்கு, பிரத்தியேகமாக ராணுவத்தையும் உருவாக்கிக் கொண்டது. சுருக்கமாகச் சொன்னால், க்யூபாவின் அரசாங்கமாகவே மாறிப் போனது.

அப்படியானால் அரசாங்கம்? வெறுமனே வேடிக்கை பார்த்துக் கொண்டிருந்தது. வாழைப்பழ கம்பெனியின் சுண்டு விரலைக் கூட அவர்களால் தொட முடியவில்லை.

1898 முதல் 1902 வரை அமெரிக்காவின் தனிப் பெரும் அட்டகாசம்தான். போதும் போதும் என்கிற அளவுக்கு அபகரித்தபிறகு, யோசித்தது. க்யூபாவைக் காலனி நாடாக வைத்துக் கொள்வதை விட, ஓர் பொம்மை அரசாங்கத்தை ஏற்படுத்திவிட்டு திரை மறைவிலிருந்து வளங்களை உறிஞ்சலாம் என்று முடிவு செய்தது அமெரிக்கா.

1902-ல் க்யூபாவில் தேர்தல் நடந்தது. முதல் குடியரசுத் தலைவராக டுமாஸ் எஸ்ட்ரடா பாமா தேர்ந்தெடுக்கப்பட்டார். 'இவருக்கு ஓட்டுப் போட மறுத்தால், ராணுவம் வரும்!' என்று மிரட்டி ஓட்டுப் போட வைத்தனர். எஸ்ட்ரடா தொடங்கி, 1940-ல் குடியரசுத் தலைவராகத் தேர்ந்தெடுக்கப்பட்ட பாடிஸ்டா வரை இதுதான் நிலைமை.

காலனியாதிக்கத்தை எதிர்த்துப் போராட்டத்தில் குதித்தவர்களில் முக்கியமானவர், ஹொஸே மார்த்தி. தன் வாழ்நாள் முழுவதும் காலனியாதிக்கத்தை எதிர்த்தார் அவர். முதலில் ஸ்பெயினை, பிறகு அமெரிக்காவை. க்யூபாவை அடிமைப்படுத்தும் சக்திகளை மக்களுக்கு இனம் காட்டினார். தீவிரமாகப் பிரசாரம் செய்தார். துடிப்புள்ள ஆர்வலர்களை ஒன்றுசேர்த்து, அவர்களுக்குப் போர் பயிற்சி கொடுத்து, ஸ்பெயினுக்கு எதிராகப் போராடினார். மே 1895-ல் மார்த்தி சுட்டுக் கொல்லப்பட்டார்.

மார்த்தியை தனது ஞான குருவாக ஏற்றுக்கொண்டு அமெரிக்க ஏகாதிபத்தியத்துக்காகப் போராடத் துணிந்தார் ஃபிடல் காஸ்ட்ரோ. இவர் படித்தது என்னவோ சட்டம். ஆனால் சம்பாத்தியத்துக்காக வக்கீல் தொழில் நடத்துவதில் இவருக்குத் துளியும் விருப்பமும் இல்லை. அவர் தேர்ந்தெடுத்துக் கொண்ட பாதை, புரட்சி.

மார்த்தியிடமிருந்து இரண்டு முக்கிய விஷயங்களைக் கற்றுக் கொண்டார் காஸ்ட்ரோ. ஒன்று மார்க்ஸியம். இரண்டு, கெரில்லா போர்முறை. இரண்டும் அவரை ஒரு புரட்சியாளராக உருமாற்றின. முன்னது சிந்தித்து, வழிநடத்த. பின்னது, எழுந்து நின்று போராட. அமெரிக்கா சொல்வதற்கெல்லாம் தலையை ஆட்டிக் கொண்டு க்யூபாவைக் குட்டிச் சுவராக்கிக் கொண்டிருந்த பாடிஸ்டாவைத் தூக்கியெறிந்துவிட்டுத்தான் ஓய்வேன் என்ற கனவுடன் களத்தில் குதித்தார் காஸ்ட்ரோ.

காஸ்ட்ரோவின் முதல் குறி க்யூபாவின் ராணுவக் கிடங்கு, மான்காடா. ஸாண்டியாகோ நகரில், ஓர் ஒதுக்குப்புறமான பகுதியில் அமைந்திருந்தது இந்தக் கிடங்கு. மிகுந்த நம்பிக்கையுடனும் உற்சாகத்துடனும் இருந்தார் காஸ்ட்ரோ. மொத்தம் மூன்று குழுக்கள். 135 வீரர்கள். அனைவருக்கும் தகுந்த போர்ப் பயிற்சி அளிக்கப்பட்டிருந்தது.

ஜூலை 26, 1953 அன்று முதல் தாக்குதலை நடத்தத் திட்டமிட்டார் காஸ்ட்ரோ. காரணம் ஹொஸே மார்த்தி தனது முதல் சுதந்தரப் போரைத் தொடங்கியது அன்றுதான். தவிரவும், ஜூலை தொடங்கினாலே கொண்டாட்டங்களும் தொடங்கிவிடும். இயேசு உயிர்த்தெழுந்த தினத்தை பெரிய விழாவாக க்யூபாவில் கொண்டாடுவர்கள். இதைத்

தனக்குச் சாதகமாகப் பயன்படுத்திக் கொள்ள முடிவு செய்தார் காஸ்ட்ரோ.

ராணுவ வீரர்கள் முந்தைய தினக் கொண்டாட்டத்தில் களைத்து போய் உறங்கிக் கொண்டிருப்பார்கள் என்பது காஸ்ட்ரோவின் கணிப்பு. இந்தச் சமயம் பார்த்து முகாமைத் தாக்கிக் கைப்பற்றுவது திட்டம். யார் யார் என்னென்ன செய்ய வேண்டும் என்று முன்கூட்டியே தெளிவாகச் சொல்லியாகிவிட்டது.

தாக்குதல் தொடங்கியது. தொடக்கத்தில் நன்றாகவே முன்னேறினார்கள். ஆனால் இறுதியில் தோல்வியையே சந்திக்க வேண்டியிருந்தது. ராணுவத்தினர் வைத்திருந்ததைப் போன்ற நவீன ரக ஆயுதங்கள் இவர்களிடம் இல்லை. தவிரவும், காஸ்ட்ரோ எதிர்பார்த்ததைப்போல் ராணுவத்தினர் மந்த நிலையில் இல்லை. மிகக் கடுமையாக எதிர்த்தனர். புரட்சிக் குழுவைச் சேர்ந்த பலர் கொல்லப்பட்டனர். பலர் கைது செய்யப்பட்டு, சித்திரவதைக்கு உள்ளானார்கள்.

பாடிஸ்டா அரசு, காஸ்ட்ரோவைத் தூக்கிச் சிறையில் போட்ட அதே சமயம், க்யூபா முழுவதும் அவரது புகழ், காட்டுத் தீயைப் போல் பரவியது. நமக்காகத்தான் இத்தனைப் போராட்டங்களும், நமக்காகத்தான் இத்தனைப் புரட்சியாளர்கள் உயிரிழந்தனர் என்று மக்கள் புரிந்து கொண்டனர். ‘காஸ்ட்ரோவை உடனடியாக விடுதலை செய்’ என்னும் முழக்கம், க்யூபா முழுவதும் எதிரொலித்தது.

இதற்கு மேல் பாடிஸ்டா அரசால் தாக்குப் பிடிக்க முடியவில்லை. மே 15, 1955 அன்று காஸ்ட்ரோ விடுதலை செய்யப்பட்டார். இதில் ஆச்சரியம் என்னவென்றால், ஃபிடல் காஸ்ட்ரோ என்னும் சக்தி வாய்ந்த ஆளுமை உருவாகியிருப்பதை பாடிஸ்டா கண்டு கொள்ளவேயில்லை. மான்காடா ராணுவக் கிடங்கு தாக்கப்பட்டதை ஏதோ தெருக்கலவரம் நடந்ததைப் போல் எடுத்துக் கொண்டார்.

ஹவானா திரும்பிய கையோடு அடுத்த தாக்குதலுக்குத் திட்டமிடத் தொடங்கிவிட்டார் காஸ்ட்ரோ. இந்த முறை, கூடுதல் வலிமையுடன், கூடுதல் ஆயுதங்களுடன், கூடுதல் படைகளுடன் பாடிஸ்டாவை எதிர்கொள்ள விரும்பினார் காஸ்ட்ரோ. ஹவானாவில் தங்கியிருந்து இத்தனைப் பெரிய காரியத்தை ரகசியமாக நடத்த முடியாது என்று உணர்ந்த காஸ்ட்ரோ, மெக்ஸிகோ செல்ல முடிவெடுத்தார்.

ஜுலை 8, 1955 அன்று மெக்ஸிகோ வந்து சேர்ந்தார் காஸ்ட்ரோ.

●

ரால் காஸ்ட்ரோவைச் சந்தித்த ஒரு சில நாள்களிலேயே ஃபிடல் காஸ்ட்ரோவைச் சந்திக்கும் வாய்ப்பும் சேவுக்குக் கிடைத்தது.

குலைநடுங்க வைக்கும் ஒரு நாளில், இருவரும் பேசத் தொடங்கினார்கள். அவர்களது உரையாடல் உலக அரசியலைப் பற்றியே சுற்றிச் சுற்றி வந்தது. காஸ்ட்ரோவின் சிந்தனைகள் சேவை வெகுவாகக் கவர்ந்தன. இப்படி ஒரு துணிச்சலான புரட்சியாளரை இதுவரைச் சந்தித்ததில்லை என்று சேவுக்கு உடனடியாகப் புரிந்து போனது. தனது நம்பிக்கைகளை காஸ்ட்ரோ எடுத்துச் சொன்ன விதம் அவரைக் கவர்ந்தது.

அமெரிக்காவை எதிர்க்க வேண்டும், லத்தீன் அமெரிக்கா சுபிட்சமுள்ள பிரதேசமாக மாறவேண்டும் என்றெல்லாம் பல கனவுகளைக் கண்டிருந் தாலும், இதுவரை எந்தவொரு போராட்டத்திலும் சே நேரடியாக இறங்கியதில்லை.

ஃபிடல் ஓர் அசாதாரணமான நபராக, சேவுக்குக் காட்சியளித்தார். தன்னுடைய நம்பிக்கைகளை ஒன்றன் பின் ஒன்றாகக் கோர்வையுடன் காஸ்ட்ரோ விவரிக்கும்போது, சே ஒரு வித லயிப்புடன் காஸ்ட்ரோவை உற்றுப் பார்த்துக் கொண்டிருந்தார்.

பொழுது விடிந்ததும் சே ஒரு முடிவுக்கு வந்துவிட்டார்.

'இனி எனது பயணம் ஃபிடலுடன்தான்.'

சேவின் மனத்தில் ஒரு தெளிவான திட்டம் உருவாகியிருந்தது. அடுத்து மேற்கொள்ளவிருக்கும் பயணம், இதுவரைச் செய்த பயணங்களை விட, அர்த்தமுள்ளது என்பது அவருக்குப் புரிந்து போனது. அதேபோல், முந்தைய பயணங்களைவிட, அதிக ஆபத்து நிறைந்தது என்றும் அவருக்குத் தெரிந்திருந்தது.

•

கண்களை விரித்து, கைகளை வேகவேகமாக அசைத்தபடி பேசிக் கொண்டிருந்தார் காஸ்ட்ரோ.

'நிச்சயம் பாடிஸ்டாவின் அரசை வீழ்த்தப் போகிறோம். என்ன சொல் கிறாய்?'

சே குவேரா புன்னகைத்தார். 'நிச்சயம்.'

ஜூலை 26 இயக்கம். இதுதான் காஸ்ட்ரோ அமைத்த படையின் பெயர். இயக்கத்தின் முக்கிய நபர்களை சேவுக்கு அறிமுகப்படுத்தினார் காஸ்ட்ரோ. நகர்புறத் தலைவர், ஃப்ராங்க் பெய்ஸ். புரட்சிகர மாணவர் இயக்கத்தின் தலைவர், ஜோஸ் அன்டோனியோ எஷெவரியா. கம்யூனிஸ்ட் தலைவர் ஃப்ளேவியோ பிரேவோ. ஸாஸரோ பெனா, ப்ளாஸ் ரோகா. கண்கள் முழுக்கக் கனவுகளுடன் அனைவரையும் பார்த்தார் சே.

காஸ்ட்ரோவின் ஒவ்வொரு அசைவையும் ஆச்சரியத்துடன் பார்த்துக் கொண்டிருந்தார் சே. எத்தனை நம்பிக்கையுடன் எல்லோரிடமும் பழகுகிறார்! எத்தனை உற்சாகம்! எத்தனைக் கடுமையான உழைப்பு! எத்தனை வசீகரமான தோற்றம்!

சேவுக்குக் கனவு காண்பது பிடித்தமானது. நேரம் கிடைக்கும் போதெல்லாம் கனவு காண்பார். மலை சிகரத்தில் ஏறுவது போல், இந்த உலகில் உள்ள அத்தனை நோய்களையும் அழித்து ஒழிப்பதைப் போல், அர்ஜெண்டைனா, கௌதமாலா என்று லத்தீன் அமெரிக்காவிலுள்ள அனைத்து நாடுகளும் சுபிட்சமாக மாறுவதைப் போல். அமெரிக்கா என்னும் ஏகாதிபத்தியவாதி சுருண்டு விழுவதைப்போல், பல கனவுகளைக் கண்டிருக்கிறார்.

காஸ்ட்ரோவைப் பார்க்கும்போது அவரும் ஒரு கனவு காண்பவராகவே சேவுக்குத் தோன்றினார். பாடிஸ்டாவை ஒழிப்பதைப் பற்றிப் பேசும் போதும் சரி, க்யூபாவை எப்படிக் கைப்பற்றப் போகிறோம் என்பதை விவரிக்கும்போதும் சரி, அமெரிக்காவுக்கு அடிபணியாமல் பரிபூரண சுதந்தரத்துடன் க்யூபா நிற்க போவதைக் கூறும்போதும் சரி, காஸ்ட்ரோவும் ஒரு கனவு காண்பவராகவே தோன்றினார். ஆனால், தனது கனவை நிறைவேற்றுவது எப்படி என்று காஸ்ட்ரோவுக்குத் தெரிந்திருந்தது.

●

கௌதமாலாவில் சிறையில் அடைக்கப்பட்டிருந்த ஹில்டா, மெக்ஸிகோ வந்து சேர்வதற்கும் காஸ்ட்ரோவின் குழுவில் சேர சே தன்னைத் தயார் செய்து கொண்டிருந்ததற்கும் சரியாக இருந்தது. இருவரும் திருமணம் செய்து கொள்ளலாம் என்று முடிவு செய்தனர்.

ஆகஸ்ட் 18-ம் தேதி, மெக்ஸிகோவில் எந்த வித ஆடம்பரமும் இல்லாமல் அமைதியாகத் திருமணம் நடந்து முடிந்தது. ஒரு மாபெரும் புரட்சிக்குத் தயாராகிக் கொண்டிருக்கும்போது தேவையில்லாமல் மக்களின் கவனத்தைக் கவர்வதில் சேவுக்கு உடன்பாடு இல்லை. இதே காரணத்துக்காகத்தான் காஸ்ட்ரோவும் அந்தத் திருமண விருந்தில் கலந்து கொள்ளவில்லை. ஆனால் அவருக்குப் பதிலாக, ரால் காஸ்ட்ரோவும் ஜீசஸ் மொண்டானேவும் கலந்து கொண்டனர்.

●

காஸ்ட்ரோவின் திட்டம் இதுதான். ஆள்களைச் சேர்க்க வேண்டும். தீவிரமான ஆயுதப் பயிற்சி அளிக்க வேண்டும். போதுமான ஆயுதங் களைச் சேர்த்துக் கொள்ள வேண்டும். மான்காடா தாக்குதல்

தோல்விக்கு, இந்த இரண்டுமே முக்கியக் காரணங்கள் என்பது காஸ்ட்ரோவின் கருத்து. மான்காடா தாக்குதலில் ஈடுபட்ட புரட்சி வீரர்கள் எவருமே முறைப்படி ராணுவப் பயிற்சி எடுத்துக் கொண்டவர்கள் அல்ல. காஸ்ட்ரோ அழைத்ததும், துடிப்புடன் துப்பாக்கியைத் தூக்கிக் கொண்டு புறப்பட்டவர்கள்தான்.

அதேபோல், போதுமான ஆயுதங்களும் அவர்களிடம் அப்போது இல்லை. ராணுவ வீரர்களைத் தாக்கி, கிடங்கிலுள்ள ஆயுதங்களைப் பறிமுதல் செய்வதுதான் திட்டம். ஆனால், ராணுவ வீரர்களின் தாக்குதலுக்குப் பதில் தாக்குதல் தொடுக்கும் அளவுக்கு, நவீன ரக ஆயுதங்கள் இவர்களிடம் இல்லை.

இந்த இரண்டு தவறுகளையும் தவிர்த்துவிட விரும்பினார் காஸ்ட்ரோ. மெக்ஸிகோ வந்து சேர்ந்தவுடன் இவர் செய்த முதல் வேலை ஆல்பர்ட்டோ பேயோ என்பவரைச் சந்தித்ததுதான். இவர் ஒரு கெரில்லாப் பயிற்சியாளர். மிகப் பெரிய போராட்டத்துக்குப் பிறகுதான் அவரைத் தன் குழுவுக்குப் பயிற்சியளிக்க ஒப்புக் கொள்ள வைத்தார்.

அடுத்து ஆயுதங்களைச் சேகரிக்க வேண்டும். ஆள்களைத் திரட்ட வேண்டும். அதற்குப் பிறகு மெக்ஸிகோவிலிருந்து மொத்தப் படையும் தப்பிச் சென்று க்யூபாவுக்குள் நுழைய வேண்டும். இதுதான் காஸ்ட்ரோவின் திட்டம்.

காஸ்ட்ரோவின் தோழர்கள் பலர் க்யூபாவில் தங்கியிருந்தபடி திட்டத்துக்குத் தேவையான நிதிகளைச் சேகரித்து அவ்வப்போது அனுப்பி வைத்துக் கொண்டிருந்தனர்.

க்யூபாவிலிருந்தும், லத்தீன் அமெரிக்க நாடுகளிலிருந்தும் பல தோழர்கள் மெக்ஸிகோவில் குவியத் தொடங்கினர். எண்ணிக்கையும் நாற்பதைத் தொட்டுவிட்டது. இவர்கள் அனைவரும் ஒரே இடத்தில் தங்கியிருந்தால் பிரச்னை என்பதால் சிறு சிறு குழுக்களாக அவர்கள் பிரிக்கப்பட்டனர். ஒவ்வொரு குழுவும் ஒவ்வொரு பொந்தில் தங்கிக் கொள்ளும். ஒருவரை ஒருவர் தொடர்பு கொள்ள மாட்டார்கள். ஒரு குழுவுக்கு சேதான் தலைவர்.

செலவு செய்வதில் காஸ்ட்ரோவைவிட சிக்கனமான ஒருவரைப் பார்த்துவிட முடியாது. இருப்பதிலேயே குறைந்த வாடகைக்கு ஒரு சிறிய அறையைப் பிடித்துக் கொண்டார். பிற தோழர்களும் அப்படியே. கிடைக்கும் நிதியிலிருந்து துப்பாக்கி, ரவைகள் என்று பார்த்துப் பார்த்து வாங்கிச் சேகரிப்பார். ஒரு ரவை கூட வீணாகக்கூடாது என்பதில் தெளிவாக இருந்தார்.

சே குவேரா: வேண்டும் விடுதலை! 53

காஸ்ட்ரோவின் ஏற்பாடுகள் அனைத்தும் சேவை மிகவும் கவர்ந்தன. மிகுந்த ஈடுபாட்டுடன் காஸ்ட்ரோவுடன் தன்னைப் பிணைத்துக் கொண்டார் சே. எல்லா வேலைகளையும் இழுத்துப் போட்டுக் கொண்டு செய்தார்.

'நாளை முதல் பயிற்சிகளைத் தொடங்கலாம்!' என்றார் காஸ்ட்ரோ.

'சரி. ஆனால், இத்தனை பேரையும் ஒன்றுதிரட்டிப் பயிற்சி அளிப்பது ஆபத்து இல்லையா?' என்றார் பேயோ.

'ஆபத்துதான். ஒன்று செய்யலாம். ஒவ்வொரு குழுவுக்கும் தனித்தனியே பயிற்சி கொடுங்கள்.'

சேவுக்கு சாகஸங்களில் பரம இஷ்டம். ஆனால், இதுவரை முறைப்படி ஆயுதப் பயிற்சி எடுத்துக் கொண்டதில்லை அவர். விதவிதமான ஆயுதங்களை உபயோகப்படுத்தும் முறைகளைச் சொல்லித் தரப் போகிறார்கள் என்று ஆவலுடன் சென்ற சேவுக்கு ஏமாற்றம். ஆல்பர்ட்டோ பேயோ சொல்லிக் கொடுத்தது என்ன தெரியுமா? எப்படி நடப்பது, எப்படிப் படகோட்டுவது, எப்படி உடற்பயிற்சி செய்வது போன்ற விஷயங்களைத்தான். சேவுக்குச் சிரிப்பு வந்தது. எதற்காக இந்தப் பைத்தியக்காரத்தனமான பயிற்சிகள்?

சிறிது சிறிதாகப் பயிற்சிகள் கடுமையடைந்தன. தொடர்ந்து இரண்டு நாள்களுக்கு உணவு, தண்ணீர் எதுவும் கிடையாது. பல மணி நேரங்கள் கடுமையாக உடற்பயிற்சி செய்ய வேண்டும். ஓய்வு என்பதே கிடையாது. அந்த மலையில் ஏறு என்றால் ஏறவேண்டும். கால் வலிக்கிறது சிறிது உட்காரலாமா என்று கேட்கக்கூடாது. மலையிலிருந்து கீழே இறங்கிய அடுத்த நொடி, சுட்டெரிக்கும் வெயிலில் கிலோ மீட்டர் கணக்கில் ஓடவேண்டும்.

மிகவும் கடினமான பயிற்சிகள். பிறரை விட சேவுக்கு இந்தப் பயிற்சிகள் அதிக சிரமத்தை அளித்தன. காரணம், அவருடைய ஆஸ்த்மா. மலையேறிக் கொண்டிருக்கும் போதே திடீரென்று இருமல் வெடிக்கும். அவசர அவசரமாகக் கீழே இறங்கிவிடுவார். கையோடு கொண்டு வந்திருக்கும் மருந்து பெட்டியைத் திறந்து ஊசியை எடுத்துப் போட்டுக் கொள்வார்.

அடுத்து துப்பாக்கிச் சுடும் பயிற்சி. இந்த இடத்தில் பேயோ ஒரு பிரச்னையை முன்வைத்தார்.

'ஃபிடல், துப்பாக்கிச் சுடுவதற்குப் பயிற்சியளிக்க வேண்டுமானால் மறைவான ஓரிடம் வேண்டும்.'

‘புரிகிறது, நானும் அதைத்தான் யோசித்துக் கொண்டிருக்கிறேன்.’

‘குழுக்களுக்குத் தனித்தனியே பயிற்சி அளிப்பதும் சிரமமாகவே இருக்கிறது.’

‘கவலை வேண்டாம். ஒரு பெரிய பயிற்சிக் கூடத்தை அமைத்து விடலாம்.’

மெக்ஸிகோ நகரத்துக்கு வெளியே அமைந்திருந்த ஸான்ட்டா ரோஸா என்னும் பெரிய கால்நடைப் பண்ணை, பயிற்சி முகாமாக மாறியது. ஊருக்கு ஒதுக்குப்புறமான பகுதி என்பதால், எந்தத் தொந்தரவும் இல்லை. பேயோவுக்கு அந்த இடம் பிடித்துப் போனது. துப்பாக்கிச் சுடும் பயிற்சியைத் தொடங்கினார்.

வெகு சீக்கிரத்திலேயே சேவுக்குத் துப்பாக்கிப் பழகிப் போனது. சேவின் அபாரமான முன்னேற்றத்தை உடனடியாகக் கவனித்துவிட்டார் பேயோ. காஸ்ட்ரோவிடம் பெருமையாகச் சொல்லிக் கொண்டார்.

‘இவன் உனக்கு மிகவும் தோதானவன். மிகச் சிறந்த ஒழுக்கம், தலைமை பண்புகள் எல்லாமே இவனிடம் உள்ளது.’

காஸ்ட்ரோ புன்னகைத்தார்.

‘மற்ற பயிற்சிகளில் எப்படி?’

‘எல்லாவற்றிலும் முதலாவதாக இருக்கிறான்.’

‘நான் இதை எதிர்பார்த்தேன்.’

‘ஃபிடல், எனக்குத் தெரிந்து என்னுடைய சிறந்த மாணவர்களில் ஒருவனாக சே குவேராவை என்னால் சொன்னால் முடியும்.’

தொலைவில், ஒரு சிறிய குன்றின் மீது கைகளை ஊன்றி வியர்வை ஒழுக, ஏறிக் கொண்டிருந்தார் சே. அவரை வேடிக்கை பார்த்துக் கொண்டே மீண்டும் ஒருமுறை புன்னகைத்தார் காஸ்ட்ரோ.

‘க்யூபா விடுதலை அடையப் போவது உறுதி.’

•

ஜூலை 20, 1956. காஸ்ட்ரோவின் வீட்டில் அதிரடியாகப் புகுந்த மெக்ஸிகோ காவல்துறை, அவரைக் கைது செய்தது. அவரைச் சிறைக்குக் கொண்டு சென்றபோது, அதிர்ந்து போனார் காஸ்ட்ரோ. வேறு சில தோழர்கள் ஏற்கெனவே கைது செய்யப்பட்டிருந்தனர். இந்தக் கைதுக்குப் பின்னால் இருந்தது பாடிஸ்டா அரசு. மெக்ஸிகோ காவல்துறையைத் தொடர்பு கொண்டு காஸ்ட்ரோவையும் அவரது

இயக்கத்தினரையும் கைது செய்யும்படி இவர் கேட்டுக்கொண்டதால் வந்த வினை. க்யூபாவுக்கு எதிராகக் கலகம் செய்ய காஸ்ட்ரோ தயாராகி வருவதாகப் பாடிஸ்டா அரசு குற்றம் சுமத்தியிருந்தது.

காஸ்ட்ரேவை விசாரணைச் செய்ய அமர்த்தப்பட்ட அந்த அதிகாரியின் பெயர் ஃபெர்ணான்டோ குடியரஸ் பாரியோஸ். காஸ்ட்ரோவின் வீட்டி லிருந்து சில வரைபடங்கள் கண்டு எடுக்கப்பட்டன. ஸான்ட்டா ரோஸா செல்வதற்கான வரைபடம், அங்கிருந்து வெளியேறி நெடுஞ்சாலை செல்வதற்கான வரைபடம் போன்றவை முக்கியமானவை. அவற்றைப் பார்த்தவுடனே குடியரஸ் பாரியோஸுக்குத் தெரிந்துவிட்டது. பிடி பட்டது சாதாரண கிரிமினல் குற்றவாளியல்ல, மாபெரும் கலகக்காரன்.

குடியரஸ் பாரியோஸ் உடனடியாகத் தனது உதவியாளர்களை அழைத்தார்.

'இந்த வரைபடத்தில் இருக்கும் பகுதிக்கு உடனே செல்லுங்கள். அங்கு யார் யார் இருக்கிறார்கள், என்ன செய்து கொண்டிருக்கிறார்கள் போன்ற அத்தனை விஷயங்களும் எனக்கு உடனடியாக வந்து சேரவேண்டும்.'

அடுத்த சில மணி நேரங்களுக்குத் தவியாய்த் தவித்துக் கொண்டிருந்தார் காஸ்ட்ரோ. ஒட்டுமொத்த திட்டமும் பாழாகிவிடுமா? பயிற்சி முகாமிலுள்ள ஆள்கள் அனைவரையும் பிடித்து விடுவார்களா? பாடுபட்டுச் சேர்த்த அத்தனை ஆயுதங்களையும் பறிமுதல் செய்து விடுவார்களா?

குடியரஸ் பாரியோஸ் அனுப்பிய உதவியாளர் அவசர அவசரமாக ஓடி வந்தார்.

'ஸார், நீங்க நினைச்ச மாதிரியே அது ஒரு பயிற்சி முகாம். நிறைய ஆயுதங்களும் இருக்கின்றன. நிறைய ஆள்கள் இருக்கிறார்கள் அவர்களைப் பார்த்தால் க்யூபர்களைப் போல் இருக்கிறது.'

காஸ்ட்ரோவிடம் திரும்பினார் குடியரஸ் பாரியோஸ். அவரைத் தனியாக அழைத்துச் சென்றார்.

'இதோ பாருங்கள் காஸ்ட்ரோ! இனி எதையும் மறைக்க வேண்டாம். உங்கள் குற்றத்தை ஒப்புக் கொள்ளுங்கள்.'

காஸ்ட்ரோ ஒப்புக் கொண்டார். குடியரஸ் பாரியோஸுக்கு அதிர்ச்சியாக இருந்தது.

'நீங்கள் என்ன சொல்கிறீர்கள் காஸ்ட்ரோ? க்யூபாவைக் கைப்பற்றப் போகிறீர்களா?'

'ஆமாம்.'

'என்னுடைய அறிவுரையைக் கேளுங்கள். எல்லாவற்றையும் விட்டு விடுங்கள். எல்லாரையும் சரணடையச் சொல்லுங்கள். உங்கள் அனைவரையும் நான் காப்பாற்றுகிறேன்.'

'சரி.' காஸ்ட்ரோவின் மனத்தில் வேறொரு திட்டம் தயாராகிக் கொண்டிருந்தது.

•

தன்னைக் கைது செய்ய வந்த அதிகாரிகளை அதிர்ச்சியுடன் பார்த்தார் சே. அவருடன் இருந்த அத்தனை தோழர்களையும் கைது செய்தது காவல்துறை. குருவியைப் போல் கொஞ்சம் கொஞ்சமாகச் சேகரித்த அத்தனை ஆயுதங்களையும் கைப்பற்றினர்.

மெக்ஸிகோ காவல்துறை தனது கைதிகளை உச்சகட்ட சித்திரவதைக்கு உள்ளாக்கியது. அவர் ஓர் ஆஸ்த்மா நோயாளி என்று கூட யாரும் பொருட்படுத்தியதாகத் தெரியவில்லை. கட்டி இழுத்து வந்தார்கள். தொடர்ந்து ஆறு நாள்களுக்கு யாருக்கும் உணவு கிடையாது. தண்ணீர் கூட கிடையாது.

விடியற்காலையில் அனைவரையும் இழுத்து வந்து வெளியில் நிற்க வைப்பார்கள். கைகளையும், கால்களையும் கட்டி விடுவார்கள். உடைகளைக் களைந்துவிடுவார்கள். எலும்பு முறிந்துவிடும் அளவுக்குப் பனி பெய்துகொண்டிருக்கும். அப்படியே பிடித்து ஒரு பெரிய தொட்டிக்குள் அமர்த்துவார்கள். அந்தத் தொட்டி முழுவதும் குளிர்ந்த நீர் நிரப்பப்பட்டிருக்கும். மூச்சு முட்டும் வரைக்கும் உள்ளேயே கிடக்க வேண்டும். பிறகு, தலைமுடியைப் பற்றி வெளியே இழுப்பார்கள், ஒரு சில விநாடிகள் கழித்து மீண்டும் தொட்டிக்குள் மூழ்கடிப்பார்கள். பிறகு வெளியே இழுத்துப் போட்டு அடி அடி என்று அடிப்பார்கள். மயங்கி சுருண்டு போகும் வரை அடி, உதை தொடரும்.

சேவுக்கு இதுதான் முதல் சிறை அனுபவம். இப்படி ஒரு மூர்க்கத்தனமான கொடுமையை அவர் இதுவரைச் சந்தித்ததில்லை. அத்தனை வேதனைகளையும் வலியையும் தாண்டி அவரை வதைத்தது ஒரு கேள்வி. ஒருவன் தவறே செய்திருந்தாலும் இத்தனைக் கடுமையான தண்டனைகள் அளிக்கப்பட வேண்டுமா?

சேவின் உடைமைகளைச் சோதனை போட்ட அதிகாரிகளுக்கு ரஷ்ய வெளியுறவுத்துறை அதிகாரி ஒருவரின் முகவரி அட்டை கிடைத்தது. அவ்வளவுதான். அதிகாரிகள் மேலும் மூர்க்கமானார்கள்.

சேவை மட்டும் தனியாகப் பிரித்தெடுத்து தீவிர விசாரணை என்னும் பெயரில் அவரைத் துளைத்து எடுக்கத் தொடங்கினார்கள்.

'மரியாதையாக உண்மையை ஒப்புக்கொள். யார் நீ?'

'நான் ஓர் அர்ஜெண்டைனன்.'

'எதற்காக மெக்ஸிகோ வந்தாய்? எங்களை உளவு பார்க்கத்தானே?'

'கிடையாது.'

'பொய். நீ மாஸ்கோவுக்காக உளவு வேலைகள் செய்கிறாய். நீ ஒரு ரஷ்ய உளவாளி.'

'கிடையாது.'

'அப்படியானால் குறைந்தது நீ ஒரு கம்யூனிஸ்ட் ஏஜென்டாகவாவது இருக்க வேண்டும்.'

'கம்யூனிஸத்தில் எனக்கு நம்பிக்கை இருப்பது உண்மை.'

'ஆ! அப்படியானால் நீ ஒரு கலகக்காரன்தான்.'

'இதோ பாருங்கள். கம்யூனிஸம் ஆபத்தான சித்தாந்தம் கிடையாது. உண்மையில்...'

அதிகாரிகளுடனும், வழக்கறிஞர்களுடனும் தீவிரமாக விவாதிக்கத் தொடங்கிவிட்டார் சே.

'நிச்சயமாக நான் ஒரு மார்க்ஸிய-லெனினியவாதிதான். அதற்காக நான் பெருமைப்படுகிறேன்.'

'அப்படியானால், நீ சோவியத் ஆதரவாளனா?'

'நிச்சயமாக. நான் ஒரு கம்யூனிஸ ஆதரவாளன், சோவியத் ஆதரவாளன். நான் ஒரு புரட்சிக்காரன்.'

விசாரித்துக் கொண்டிருந்த அந்த வழக்கறிஞருக்கு ஒன்றும் புரியவில்லை. மார்க்ஸியத்தைக் கடைப்பிடிப்பது ஒரு குற்றமா? தெரியவில்லை. அடுத்து அவரிடம் என்ன கேட்பது?

அந்த அதிகாரியைத் தீர்க்கமாகப் பார்த்தபடி பேசிக் கொண்டிருந்தார் சே.

'உங்களுக்கு கம்யூனிஸத்தைப் பற்றி எதுவும் தெரியவில்லை. தெரிந்திருந்தால் என்னை இப்படித் தவறாகப் புரிந்து கொண்டிருக்க மாட்டீர்கள். மார்க்ஸ் ஒரு மாபெரும் மனிதர். மனிதர்களின்

துயரங்களைப் போக்குவதற்கான தத்துவத்தை வழங்கியவர். என்னைப் போன்றவர்களைத் துன்புறுத்துவதை விட்டுவிட்டு, நாங்கள் மார்க்ஸை ஏன் படிக்கிறோம் என்று யோசியுங்கள். நீங்களும் படியுங்கள். உங்களுக்கே உண்மை புரியும்.'

திருதிருவென்று விழித்தார் அந்த அதிகாரி.

'நன்றாக இருக்கிறது உன் கதை. கொஞ்சம் விட்டால் என்னையும் கம்யூனிஸ்ட்டாக மாற்றிவிடுவாய் போலிருக்கிறதே!'

மற்றொரு அதிகாரி குறுக்கிட்டார்.

'கம்யூனிஸ்ட்தான் என்று அவரே ஒப்புக் கொள்கிறார். அடுத்து என்ன செய்வதாக உத்தேசம்?'

'அதுதான் எனக்கும் தெரியவில்லை.'

●

'ஃபிடல் ஒரு கம்யூனிஸ்ட், தனது படையுடன் மெக்ஸிகோ புகுந்துள்ளார். ஒருவருக்கும் பாஸ்போர்ட் கிடையாது. ஏதோ ஒரு மிகப் பெரிய சதிச் செயலை செய்து முடிக்க இவர்கள் திட்டமிட்டுக் கொண்டிருக்கிறார்கள். ஃபிடல் காஸ்ட்ரோ ஏற்கெனவே க்யூபாவில் தேடப்பட்டு வரும் குற்றவாளி என்பதை நினைவில் வைத்துக் கொள்ள வேண்டும்.'

மெக்ஸிகோவிலுள்ள பத்திரிகைகள் ஃபிடல் காஸ்ட்ரோவைப் பற்றிய பல கற்பனைச் செய்திகளை வெளியிட்டுக் கொண்டிருந்தன. செய்தி உபயம், பாடிஸ்டா.

சிறையிலிருந்து மீள்வதற்கு எத்தனை வழிகள் இருக்குமோ அத்தனையையும் ஆராய்ந்து கொண்டிருந்தார் காஸ்ட்ரோ. காஸ்ட்ரோவுக்காகவும் அவருடைய தோழர்களுக்காகவும் வாதாட வழக்கறிஞர்கள் ஒப்புக் கொண்டனர். ஆனால் பாடிஸ்டா தொடர்ந்து மெக்ஸிகோவுக்கு நெருக்கடி கொடுத்துக் கொண்டிருந்தார்.

வழக்கறிஞர்கள் தொடர்ந்து மேல் முறையீடு செய்து கொண்டிருந்தனர். இறுதியில் இருபத்தொரு பேரை விடுதலை செய்ய நீதிமன்றம் ஒப்புக் கொண்டது. காஸ்ட்ரோ, சே இந்த இருவரைப் பற்றியும் நீதிமன்றம் வாயைத் திறக்கவில்லை.

காஸ்ட்ரோவுக்குத் திடீரென்று ஒரு யோசனை உதித்தது. முன்னாள் குடியரசுத் தலைவர் லசாரோ கார்டனஸை நாடினால் என்ன? கார்டனஸ் ஓர் அமெரிக்க எதிர்ப்பாளர், சுதந்தரப் போராட்ட வீரர்.

மெக்ஸிகோவில் அவருக்கு நல்ல செல்வாக்கு இருந்தது. நிச்சயம் அவரால் உதவி செய்ய முடியும். அவரால் மட்டும்தான் உதவி செய்ய முடியும்.

லசாரோ கார்டனஸைத் தொடர்பு கொண்டார் சே. காஸ்ட்ரோவுக்கு உதவ அவர் ஒப்புக் கொண்டார். ஒரு சில நாள்களில் காஸ்ட்ரோவை விடுதலை செய்தது நீதிமன்றம்.

ஒரு வழியாக, தோழர்கள் அத்தனைப் பேரும் வெளியில் வந்து விட்டார்கள். சேவைத் தவிர.

சிறைக்குச் சென்று சேவைச் சந்தித்தார் காஸ்ட்ரோ.

'ஃபிடல், எனக்காக நீங்கள் உங்கள் திட்டத்தை மாற்றிக்கொள்ள வேண்டாம். பிற தோழர்களுடன் கிளம்புங்கள்.'

'முடியாது.'

'நான் சட்டவிரோதமான முறையில் மெக்ஸிகோவில் தங்கிக் கொண்டிருக்கிறேன். என்னை நிச்சயம் இவர்கள் வெளியில்விட மாட்டார்கள்.'

'நீ இல்லாமல் பயணம் செய்ய முடியாது.'

'இல்லை ஃபிடல், புரட்சி என்னால் தடைபடக் கூடாது. என்னை விட்டு விடுங்கள். நான் எங்கே இருந்தாலும், போராடிக் கொண்டுதான் இருப்பேன்.'

சேவின் கரங்களைப் பற்றிக் கொண்டார் காஸ்ட்ரோ.

'நான் உன்னை கைவிட மாட்டேன்.'

லசாரோ கார்டனஸ், சேவுக்காக மற்றொரு முறை மெக்ஸிகோ காவல்துறையினருடன் பேசினார். நீண்ட காத்திருப்புக்குப் பிறகு சே விடுதலை செய்யப்பட்டார்.

●

மீண்டும் நிதி சேர்க்க வேண்டும்; மீண்டும் ஆயுதங்கள் சேர்க்க வேண்டும். சேர்த்தார்கள். இரவு, பகல் பார்க்காமல் சுற்றினார்கள். ரகசியமாக ஆயுதங்கள் வாங்கினார்கள். க்யூபாவிலுள்ள இயக்கத்தினர் மீண்டும் நிதி வேட்டையை ஆரம்பித்தார்கள். க்யூபா முழுவதும் உண்டியலுடன் சுற்றினார்கள். நமக்காகத்தான் இத்தனை மெனக் கெடுகிறார்கள் என்பதைப் புரிந்துகொண்ட க்யூபர்கள் பலர், தம்மிடம் இருந்த அத்தனைப் பணத்தையும் அள்ளிக் கொடுத்தார்கள். நிறைய

வைத்திருந்தவர்கள், நிறைய கொடுத்தார்கள். கொஞ்சமாக வைத்திருந்தவர்கள் அத்தனையும் கொடுத்தார்கள்.

அமெரிக்காவிலிருந்தும், மெக்ஸிகோவிலுள்ள கள்ளச் சந்தைகளிலிருந்தும் ஆயுதங்கள் வாங்கினார்கள். மெஷின் துப்பாக்கிகள், சப்-மெஷின் துப்பாக்கிகள், சிறிய பீரங்கி என்று தேவைப்படும் அத்தனை வகையறாக்களையும் பொட்டலம் கட்டிக் கொடுத்தார்கள். வண்டி வண்டியாகத் துப்பாக்கி ரவைகள் கிடைத்தன. மெக்ஸிகன் துப்பாக்கி மட்டும் ஐம்பத்தைந்து கிடைத்தன. டெலஸ்கோப் துப்பாக்கிகள் முப்பத்தைந்து, தாம்சன் சப்-மெஷின் கன்கள்.

ஒரு படகு கிடைத்தது. பார்த்தவுடனே அனைவருக்கும் அந்தப் படகைப் பிடித்து போனது. காஸ்ட்ரோ விலை பேசினார்.

'இருபதாயிரம் டாலருக்குச் சல்லிக்காசு குறைவாகக் கொடுத்தாலும் விற்க மாட்டேன்' என்றான் படகின் உரிமையாளன். அவன் பெயர் எரிக்சன். அமெரிக்காவிலிருந்து வந்து குடியேறியவன். 'இது ஓர் உல்லாசப் படகு. உங்களுடைய நண்பனாக இருக்கும்.'

'இதில் எத்தனைப் பேர் பயணம் செய்யலாம்?' என்றார் காஸ்ட்ரோ.

'இருபத்தைந்து பேர் போகலாம்.'

'அதற்கு மேல் ஏற்றிக் கொள்ளாதா?'

'ஏற்றிக் கொள்ளலாம். ஆனால் உங்களுக்குத்தான் சிரமம்.'

சே அந்தப் படகைச் சுற்றி வந்தார்.

சிறியதாகவே இருந்தது. கொஞ்சம் நோஞ்சானாகவும். நாற்பது பேரை ஏற்றிச் செல்லும் திறன் இருப்பதாகத் தெரியவில்லை. எப்போது வேண்டுமானாலும் கவிழ்ந்து விடுவேன், என்னை நம்பாதே என்று சொல்வதைப் போல் இருந்தது.

அந்தப் படகுக்கு கிரான்மா என்று பெயர் வைத்திருந்தார்கள்.

5. முதல் தாக்குதல், முதல் வெற்றி

நவம்பர் 25, 1956. இன்னமும் பொழுது விடியவில்லை. டுக்ஸ்பான் ஆற்றை விட்டு மெதுவாக மிதந்துச் சென்றது கிரான்மா. படகில் மொத்தம் 81 பேர். ஒருவர் மேல் ஒருவர் உட்கார்ந்திருந்தனர். மூட்டை மூட்டையாக உணவுப் பொருள்கள். மற்றொரு பக்கம் குவியல் குவியலாக ஆயுதங்கள்.

மெக்ஸிகோ கட்டடங்களின் வெளிச்சப் புள்ளிகளை உற்றுப் பார்த்துக் கொண்டிருந்தார் சே.

'போய் வருகிறேன் ஹில்டா! என்னுடைய பாதையை நான் தேர்ந்தெடுத்துவிட்டேன். திரும்பி வருவேனா, வரமாட்டேனா என்று உறுதியாகச் சொல்ல முடியாது. சிச்சினாவிடமிருந்து என்னை எது பிரித்ததோ அதுதான் உன்னையும் என்னிடமிருந்து பிரிக்கிறது.'

படகு அசைந்து அசைந்து மிதந்து கொண்டிருந்தது.

'எத்தனை மகிழ்ச்சியுடன் காதலித்தோம்! எத்தனை எத்தனை எதிர்பார்ப்புகளுடன் இணைந்தோம்! ஆனால் உன்னை விட்டு பிரிய வேண்டிய கட்டாயம் ஏற்பட்டுவிட்டது, ஹில்டா. நீ என்னைப் புரிந்து கொள்வாய் என்று எனக்குத் தெரியும். என்னுடைய பாதை எதுவோ அதுதான் உன்னுடைய பாதையும் என்று எனக்குத் தெரியும். என்னை நீ புரிந்து கொள்ள வேண்டும், நீ புரிந்து கொள்வாய் என்ற நம்பிக்கை என்னிடம் இருக்கிறது.'

சேவின் கண்கள் கலங்கியிருந்தன.

‘ஃபிடல் காஸ்ட்ரோ என்னை வசீகரித்துவிட்டார். அவருடைய புரட்சிகர திட்டத்தில் நான் என்னைக் கரைத்துக் கொண்டுவிட்டேன். வெற்றியோ, தோல்வியோ, வாழ்வோ, மரணமோ இனி ஃபிடலுடன் தான் என் வாழ்க்கை.’

வானத்தில் நட்சத்திரங்கள் மின்னிக் கொண்டிருந்தன.

‘ஹில்டா! நீ மாறவேண்டும். என்னிடம் பைத்தியக்காரத்தனமான அன்பை நீ செலுத்துகின்றாய். முரட்டுத்தனமாக என்னைக் காதலிக்கிறாய். இது சரியல்ல. நான் இல்லாத வாழ்க்கையை வாழ நீ உன்னைப் பழக்கப்படுத்திக் கொள்ள வேண்டும். போய் வருகிறேன் ஹில்டா!’

சிறிது சிறிதாக மெக்ஸிகோ மறைந்து போனது. தலைக்கு மேலே நட்சத் திரங்கள். அருகில் ஃபிடல் காஸ்ட்ரோ. துப்பாக்கியுடன் தோழர்கள்.

‘ஓர் அற்புதமான பயணத்தை எனக்கு அளித்த மெக்ஸிகோவே, உனக்கு நன்றி!’

தனது மருந்துப் பெட்டியை ஒரு முறை தொட்டுப் பார்த்துக் கொண்டார் சே. இந்தப் பயணத்தில், அவர் ஒரு லெப்டினென்ட் மட்டுமல்ல. ஒரு மருத்துவ அதிகாரியும் கூட.

பாதுகாப்பான பகுதிக்குப் படகு நகரத் தொடங்கியதும் புரட்சி யாளர்களின் உற்சாகம் பல மடங்கு கூடியது.

‘நமது புரட்சி கீதத்தைப் பாடலாமே!’ என்றான் ஒருவன்.

‘ஓ எல்லோரும் சேர்ந்தே பாடலாமே!’ என்றான் மற்றொருவன்.

நடுக்கடலில் அனைவரும் ஒரே குரலில் புரட்சி கீதத்தைப் பாடத் தொடங்கினார்கள்.

சில மணி நேரங்களில் உற்சாகம் வடிந்து போனது. கடுமையான குளிர். அலைகள் பெரிதுப் பெரிதாக அடிக்கத் தொடங்கின. கிரான்மா தள்ளாடியது.

சே இருமத் தொடங்கினார். அவசர அவசரமாகத் தனது பெட்டியைத் திறந்தார். இன்ஹேலர் இல்லை. எபிநெஃப்ரின் இல்லை. பார்த்துப் பார்த்து எல்லாவற்றையும் எடுத்து வைத்தது அவர்தான். ஆனால் அவருக்குத் தேவைப்படும் மருந்துகளை மட்டும் எடுத்துவர அவருக்கு நினைவில்லை.

எதிர்பார்த்ததைப் போலவே அந்தப் பயணம் மிகக் கடுமையாக இருந்தது. ஆல்பர்ட்டோ பேயோ எத்தனையோ சிரமப்பட்டுதான் பயிற்சிகளை அளித்திருந்தார். எல்லாவற்றையும் வெற்றிகரமாகக்

கடந்துதான் இந்தப் பயணத்துக்குத் தயாரானார்கள். ஆனாலும் தாக்குப் பிடிக்க முடியவில்லை. பலருக்குக் குமட்டல், வாந்தி. சே அனைவருக்கும் ஓடி ஓடி உதவி செய்தார். ஆனால், அவரே ஒரு பக்கம் ஆஸ்த்மாவால் அவதிப்பட்டுக் கொண்டிருந்தார்.

கடக்க வேண்டிய தூரம் 1235 மைல்கள். க்யூபாவைத் தொட எப்படியும் மொத்தம் ஐந்து நாள்கள் பிடிக்கும். நவம்பர் முப்பதாம் தேதி கரைச் சேர்ந்து விடலாம். அதாவது கடல் ஒத்துழைத்து, கிரான்மா ஒத்துழைத்து, எல்லாம் திட்டமிட்டபடி நடந்தால். ஹவானா மற்றும் ஓரியண்ட்டில் இருக்கும் நண்பர்களுக்குத் தனது திட்டத்தை முன்னரே தெரியப்படுத்திவிட்டார் காஸ்ட்ரோ.

திட்டம் இதுதான். கிரான்மா கரையைத் தொட்டதும் அங்கு ஏற்கெனவே காத்திருக்கும் குழுக்கள், கிரான்மா குழுவுடன் இணைந்து கொள்ளும். ஸாண்டியாகோவிலிருந்தும், ஓரியண்ட் மாநிலத்திலிருந்தும் படைகள் கிளம்பி தயாராக இருக்கும். அனைவரும் ஒன்றுசேர்ந்து ஓரியண்ட்டிலுள்ள ராணுவத் தளங்களைத் தாக்க வேண்டும்.

ஆனால் ஐந்து நாள்களைக் கடந்தும் கிரான்மா கரை சேரவில்லை. தொடர்ந்து கடலில் போராடிக் கொண்டே இருந்தது. கரையில் காத்துக் கொண்டிருப்பவர்களுக்குச் செய்தி அனுப்பும் வசதியும் கிடையாது. கிரான்மாவாகப் பார்த்து கரைச் சேர்ந்தால்தான் உண்டு. அதுவோ ஒரு நோயாளியைப் போல் நின்று நின்று நகர்ந்து கொண்டிருந்தது. படகின் மோட்டாரும் அடிக்கடி பழுதடைந்து கொண்டிருந்தது. அதைச் சரிசெய்வதற்குள் போதும் போதும் என்றாகிவிட்டது.

படகு இப்படி என்றால், படை வீரர்களின் கதியும் பரிதாபமாக இருந்தது. போர் குணத்துடன் இருக்க வேண்டிய புரட்சியாளர்கள், வாந்தி எடுத்துக் கொண்டு உட்கார்ந்து கொண்டிருந்தனர். சிலருக்குக் காய்ச்சல், சிலருக்கு இருமல். சே சுறுசுறுப்புடன் அனைவருக்கும் வைத்தியம் பார்த்துக் கொண்டிருந்தார். என்றாலும் அவரது உடம்பை அவரால் சமாளிக்க முடியவில்லை.

போதாக்குறைக்கு உணவும் போதவில்லை. குடிநீரின் அளவும் குறைந்து கொண்டே வந்தது. ஐந்து நாள்களுக்கு என்று அளந்து அளந்து உணவு எடுத்து வந்திருந்துதான் பிரச்னை. கூடுதலாக உணவுப் பொருள் களைக் கொண்டு போயிருக்கலாம். ஆனால் படகில் இடமில்லை. தவிரவும், உணவு மூட்டையைக் குறையுங்கள், அதற்குப் பதிலாக ஆயுதங்களை ஏற்றுங்கள் என்று காஸ்ட்ரோ கராராகச் சொல்லிவிட்டார். அதனால், பல மூட்டைகளைக் குறைத்து, அதற்குப் பதிலாகத் துப்பாக்கிகளையும் தோட்டாக்களையும் ஏற்றிவிட்டார்கள். கிரான்மா

இப்படி இழுத்தடிக்கும் என்று காஸ்ட்ரோ உள்பட யாரும் எதிர்பார்க்கவில்லை. இதுதான் பிரச்னையே.

ஒருவழியாக, டிசம்பர் 2-ம் தேதி, கிரான்மா கரையைத் தொட்டது. அது ஓர் அடர்த்தியான மான்க்ரோவ் புதர்கள் நிறைந்த இடம். கொலராடோஸ் என்னும் கடற்கரைக்கு அருகிலுள்ள சதுப்பு நிலம். சுற்றிலும் இருட்டு. காஸ்ட்ரோவுக்குப் பரிச்சயமான பகுதிதான் அது.

'எல்லோரும் அவரவருடைய ஆயுதங்களை எடுத்துக் கொண்டு இறங்குங்கள்' என்றார் காஸ்ட்ரோ.

மூட்டைகளைத் தூக்கிக் கொண்டு அனைவரும் தயார் ஆனார்கள்.

'கவனமாகப் படகை விட்டு இறங்க வேண்டும். சுற்றிலும் புதை மணல், சேறு. முள் செடிகள் எல்லா இடத்திலும் பரவியிருக்கும். கூடுதல் கவனம் தேவை.'

சே தனது மருந்துப் பெட்டியையும், ஆயுதங்களையும் தலைக்கு மேலே தூக்கிக் கொண்டார். தண்ணீரில் இறங்கினார். இரண்டு அடி கூட எடுத்து வைக்க முடியவில்லை. கால், சேற்றில் புதைந்து போனது. காட்டுச் செடிகள் காலைச் சுற்றிக் கொண்டன. நடக்க நடக்க தண்ணீரின் அளவு அதிகரித்துக் கொண்டே போனது போல் தோன்றியது. கரை எங்கே இருக்கிறது என்றே தெரியவில்லை. கழுத்து வரை தண்ணீர். கைகளில் சுமை. நீந்தவும் முடியாது.

காலில் சுற்றிய கொடிகளை அகற்றிக் கொண்டே சிறிது சிறிதாக நடந்து கொண்டிருந்தார் ரால் காஸ்ட்ரோ. காஸ்ட்ரோ அவருக்குப் பின்னால் வந்து கொண்டிருந்தார். அந்த அடர்ந்த காட்டுப் பகுதியில், தண்ணீரில் இவர்கள் நடக்கும் சத்தம் மட்டுமே கேட்டது.

தரையைத் தொட்டதும், அப்படியே மல்லாக்கச் சாய்ந்து விட்டனர் பலர். சிலர் துப்பாக்கிகளை வழியில் இழந்திருந்தார்கள். தண்ணீரில் விழுந்து காணாமல் போயிருக்கலாம். படகிலேயே விட்டு வைத்திருக்கலாம். எது எப்படியோ, எந்த ஆபத்திலும் மாட்டிக் கொள்ளாமல் கரையைத் தொட்டுவிட்டோம் என்பதே அனைவருக்கும் மகிழ்ச்சியளித்தது. சே, காஸ்ட்ரோவைப் பார்த்தார். காஸ்ட்ரோவின் முகத்தில் புன்னகை அரும்பியிருந்தது.

●

க்யூபா கொந்தளித்துக் கொண்டிருந்தது. பாடிஸ்டாவுக்கு எதிராகப் பல்வேறு போராட்டங்களும் கிளர்ச்சிகளும் தொடர்ந்து வெடித்துக் கொண்டே இருந்தன. சில சமயம் மாணவர்கள், சில சமயம்

விவசாயிகள், சில சமயம் தொழிலாளிகள். எந்தப் பகுதியில் அதிருப்தி பெருகியிருக்கிறதோ, எந்த இடத்தில் கலவரம் வெடிக்கிறதோ அந்தப் பகுதிக்கு பாடிஸ்டா, தனது ராணுவத்தை அனுப்பி வைப்பான். போராட்டம் அடங்கிவிடும். இரண்டு நாள்கள் கழித்து, மீண்டும் வேறொரு பகுதியில் மோதல்கள் வெடிக்கும்.

காஸ்ட்ரோவின் குழு, ஆயுதங்களுடன் க்யூபாவுக்குள் புகுந்துவிட்டது பாடிஸ்டாவுக்குத் தெரியாது. ஆனால், அவர் இதை எதிர்ப்பார்க்க வேயில்லை என்று சொல்ல முடியாது. கிரான்மா எப்போது மெக்ஸிகோ எல்லையை விட்டு நகர்ந்ததோ, அப்போதே அவர்களைப் பற்றிய தகவல், பாடிஸ்டாவுக்கு ரகசியமாகக் கிடைத்துவிட்டது. ஏதோ பெரிய கலவரம் நடக்கப் போகிறது, ஃபிடல் காஸ்ட்ரோவும் அவரது நாற்பது சொச்ச ஆள்களும் க்யூபாவுக்குத்தான் வருகிறார்கள் என்று உளவு அமைப்புகள் மிகத் தெளிவாகவே எச்சரித்தன. ஆனால், பாடிஸ்டா இதனைப் பெரிதாக எடுத்துக் கொள்ளவில்லை.

தொடக்கத்திலிருந்தே பாடிஸ்டா, காஸ்ட்ரோவைச் சரியாக எடை போடவில்லை. மான்காடா தாக்குதல் நடைபெற்றுக் கொண்டிருந்த போது, விடுமுறைக்காக ஊருக்குப் போயிருந்தார். தகவல் கேள்விப் பட்டதும் வேண்டா வெறுப்பாகத்தான் க்யூபா திரும்பினார். புரட்சியாளர் களை அடக்கிவிட்டோம் என்று ராணுவம் பெருமிதத்துடன் அறிவித்த போது, அப்படியா என்று கேட்டுவிட்டு வேறு வேலையைப் பார்க்கப் போய் விட்டார்.

காஸ்ட்ரோவைக் கைது செய்தது கூட, அற்பக் காரணத்துக்காகத்தான். கலவரத்தைத் தூண்டி விடுகிறார், அரசாங்கச் சொத்தை அழிக்க முயல்கிறார் போன்ற அற்பக் காரணங்களுக்காகத்தான் காஸ்ட்ரோ சிறை பிடிக்கப்பட்டார். அவரை விடுதலை செய்ய வேண்டும் என்று க்யூபா கொந்தளித்தபோதும் கூட, பெரிய அளவில் அவருக்கு ஆதரவாக மக்கள் கொடி உயர்த்திய போதும் கூட, காஸ்ட்ரோவின் ஆளுமையை அவர் உணரவில்லை.

பாடிஸ்டாவின் பார்வையில், காஸ்ட்ரோ ஒரு கலகக்காரர். அவ்வளவே. மற்றபடி காஸ்ட்ரோவால் தனது அரசாங்கத்துக்கு ஆபத்து வரும் என்றெல்லாம் அவர் கனவில் கூட நினைத்துப் பார்க்கவில்லை. அதற்கெல்லாம் அவருக்கு அவகாசமும் இல்லை.

இதே அலட்சியத்தைத்தான் கிரான்மா கரைதொட்ட போதும் அவர் காண்பித்தார்.

'என்ன? க்யூபாவுக்குள் புகுந்துவிட்டார்களா? சரி, பெரிய பாதக மில்லை. அவர்கள் கரை இறங்கிய இடம், ஆபத்தானது. அதிலிருந்து

அவர்களால் தப்ப முடியாது, அப்படியே தப்பினாலும் ராணுவம் அவர்களை வேடிக்கை பார்த்துக் கொண்டிருக்காது.'

●

உண்மைதான். கரையில் வந்து ஒதுங்கும் புரட்சியாளர்களை உடனடியாகக் கண்டுபிடித்துவிட்டது ராணுவம். இவர்களுக்காகவே தயாராகக் காத்திருந்த விமானங்கள், பறந்தபடியே குண்டு வீசத் தொடங்கின.

காஸ்ட்ரோ கைகளைக் குவித்துக் கத்தினார்.

'எல்லோரும் கலைந்து ஓடுங்கள்.'

அந்தக் காட்டுப் பகுதியில் எந்தப் பக்கம் போவதென்றே ஒருவருக்கும் தெரியவில்லை. யார் யார் எந்தெந்தக் குழுவுடன் பிரிய வேண்டும் என்றெல்லாம் பார்க்க அவகாசமில்லை. பாதரசம் போல் சிதறினார்கள்.

சிறிது நேரத்தில் விமானங்கள் கலைந்து சென்று விட்டன. அத்தனைப் பேரும் காலி என்று விமானிகள் நினைத்தார்களோ என்னவோ... கொடுக்கும் சம்பளத்துக்கு வேலை செய்வதைப் போல், தொடர்ந்து பத்து நிமிடங்களுக்குச் சரசரவென்று குண்டு வீசிவிட்டு போயே போய் விட்டார்கள்.

புரட்சியாளர்கள் அந்த அடர்ந்த கானகத்தில் அன்றைய இரவைக் கழித்தனர். சே வானத்தை ஆராய்ந்தபடி மல்லாக்கப் படுத்திருந்தார். காஸ்ட்ரோ அவருக்கு அருகே. ரால் காஸ்ட்ரோ மற்றொரு புதருக்கு அருகே அமர்ந்திருந்தார். மெலிதான குரலில் காஸ்ட்ரோ முணுமுணுத்தார்.

'தோழர்களே, மிகப்பெரிய போரும், மிகப் பெரிய வெற்றியும் நமக்காகக் காத்திருக்கின்றன.'

●

டிசம்பர் 5. அதிகாலை. சதுப்பு நிலங்கள் நிறைந்த பகுதியான அலெக்ரியா டி பியோவைப் புரட்சியாளர்கள் அடைந்தனர். தாற்காலிக மாக அமைக்கப்பட்டிருந்த அந்தக் கூடாரத்தில், ஓய்வெடுத்துக் கொண்டிருந்தனர். அடுத்த கட்ட நடவடிக்கை குறித்து அன்றைய தினம் விவாதிப்பதாக ஏற்பாடு. கிரான்மா பயணத்தின் களைப்பு இன்னமும் பலரை விட்டு அகலவில்லை. ஆயுதங்களை ஒரு பக்கம் சாய்த்து வைத்து விட்டு, அப்படியே சாய்ந்து அமர்ந்திருந்தனர்.

திடீரென்று துப்பாக்கிகள் வெடிக்கத் தொடங்கின. வாரிச் சுருட்டிக் கொண்டு அனைவரும் எழுந்தனர். முதலில் சுதாரித்தது காஸ்ட்ரோ. பாய்ந்து சென்று சுடத் தொடங்கினார்.

சே குவேரா: வேண்டும் விடுதலை!

'சீக்கிரம் சீக்கிரம். மறைவிடத்துக்கு ஓடுங்கள்.'

இவர்கள் தப்பி ஓடுவதற்குள் கூடாரம் சுற்றி வளைக்கப்பட்டது. துப்பாக்கிகள் சீறத் தொடங்கின. கூடாரத்தைக் கிழித்துக் கொண்டு குண்டுகள் பாய்ந்தன. சிலர் அப்படியே பொத்தென்று தரையில் விழுந்தனர். சுதாரித்தவர்கள் படுத்துக் கொண்டே தாக்குதலைத் தொடங்கினர். தப்பியோட முயன்ற சிலர் குண்டுகளுக்கு இரையாக வேண்டியிருந்தது.

சே நேரடியாகக் கலந்துகொள்ளும் முதல் போர் இது. துப்பாக்கியைக் கையில் தூக்கிய மறு விநாடியே பயம் பறந்து போனது போல் தோன்றியது. ஒரு பாறையின் பின்புறம் சாய்ந்து நின்று சரமாரியாகச் சுடத் தொடங்கினார் சே. அப்போது, எங்கிருந்தோ பாய்ந்து வந்த ஒரு குண்டு, சேவின் கழுத்துப் பகுதியை உரசியபடி பாய்ந்தது. துப்பாக்கியை அப்படியே கீழே போட்டுவிட்டு சுருண்டு விழுந்தார் சே. ரத்தம் பீய்ச்சி அடித்தது. கண்கள் இருட்டிக் கொண்டு வந்தன.

பாய்ந்து வந்து சேவைப் பிடித்துக் கொண்டான் ஒருவன். அவரது தலையைப் பிடித்து தன் மடியில் வைத்து அவர் முகத்தை ஆராய்ந்தான். ரத்தப் போக்கு நிற்கவில்லை. அவசர அவசரமாக சேவின் கழுத்தைச் சுற்றிலும் கட்டுப் போட்டான்.

'சே, எழுந்திருங்கள்.'

சிறு அசைவும் இல்லை சேவிடம்.

'சே! சே!'

சேவையும் அந்தத் தோழரையும் வேறு யாரும் கவனித்ததாகத் தெரியவில்லை. துப்பாக்கிச் சூடு தொடர்ந்து கொண்டிருந்தது. காஸ்ட்ரோ, ரால் இருவரும் தனித்தனியேப் பிரிந்து தாக்குதல் நடத்திக் கொண்டிருந்தனர்.

சுற்றும் முற்றும் பார்த்த அந்த வீரன், சேவை ஒரு பாதுகாப்பான இடத்துக்குத் தூக்கி வந்தான். பிறகு, சற்று சத்தம் போட்டுக் கத்தினான்.

'சே நம்மைவிட்டுப் பிரிந்துவிட்டார்.'

அவன் கத்தி முடிப்பதற்கும் சே விழித்துக் கொள்வதற்கும் சரியாக இருந்தது. துள்ளி எழுந்த சே, அவனை அமைதிப்படுத்தி விட்டு, துப்பாக்கியைத் தேடிப் பிடித்துச் சுடத் தொடங்கினார்.

ராணுவத்தின் தாக்குதலை புரட்சியாளர்கள் துல்லியமாக முறியடித்தனர் என்ற போதும், அவர்களுக்குச் சில இழப்புகள்

ஏற்பட்டன. சேவுக்கு அறிமுகமான முதல் க்யூப நண்பர் நிகோ லோபஸ் மற்றும் வேறு சிலர் சுட்டுக் கொல்லப்பட்டனர். மேலும் சிலர் சிறைபிடிக்கப்பட்டனர். எஞ்சியிருந்த அனைவரும் தனித்தனியே சிதறி ஓடவேண்டியிருந்தது.

சேவும் நான்கு தோழர்களும் தனிக் குழுவாகப் பிரிந்து தப்பி ஓடினார்கள். அடர்ந்த கரும்புத் தோட்டத்தில் அவர்கள் சுட்டுக் கொண்டே ஓடினார்கள். ஃபிடலும் மற்ற தோழர்களும் எங்கே என்று தெரியவில்லை. தேடுவதற்கு இது நேரமல்ல. முதலில் உயிருடன் தப்ப வேண்டும். ஆள்கள் முக்கியம் இல்லை. திட்டம்தான் முக்கியம்.

சியர்ரா மிஸ்த்ரா மலைப் பகுதியை நோக்கி முன்னேறத் தொடங்கினார் சே. அன்று இரவு முழுவதும் நடந்து கொண்டே இருந்தனர். முதலில் பாதுகாப்பான ஓர் இடத்தைத் தேடிக் கண்டுபிடிக்க வேண்டும். பிறகு, மற்ற தோழர்கள் வரும் வரை காத்திருக்க வேண்டும். சிதறி ஓடிய அனைவரும் ஒன்று சேர வேண்டியது சியர்ரா மிஸ்த்ராவில்தான்.

கடைசியாக எப்போது சாப்பிட்டோம் என்று நினைவில்லை. கடைசியாக உறங்கியது? நினைவில்லை. சோர்ந்து போய் ஒரு பாறையில் அமர்ந்தார் சே. 'இப்போதைக்கு இந்த சியர்ரா மிஸ்த்ராதான் என் உலகம். இது எங்கு அழைத்துச் செல்கிறதோ அங்கு செல்வதுதான் என் வேலை.'

மறுநாள் சில தோழர்கள், சேவுடன் இணைந்து கொண்டனர். ஒருவருக்கும் சாப்பாடு, தண்ணீர் கிடையாது. தொடர்ந்து முன்னேறிக் கொண்டிருந்தனர். ஆயுதங்களையும், மூட்டைகளையும் சுமந்து கொண்டு நாள் கணக்காக நடப்பதற்கு, அதுவும் உயரமான மலைப்பகுதியில் நடப்பதற்கு வெகு சிரமமாக இருந்தது. சே அத்தனை ஆயுதங்களையும் சேகரித்து ஒரு விவசாயியின் வீட்டில் வைத்துப் பூட்டினார். அந்த ஆயுதங்களையும் சுமைகளையும் பாதுகாப்பதாக விவசாயி உறுதி அளித்தார். காஸ்ட்ரோவையும் தோழர்களையும் கண்டுபிடித்த பிறகு அவற்றை மீட்டுக் கொள்ளலாம் என்பது சேவின் திட்டம்.

பதினாறு நாள்கள் கழிந்தபிறகு, கிழக்கு மலைப்பகுதியின் அடிவாரத்தில் அமைந்திருந்த ஒரு பண்ணையைக் கண்டுபிடித்தனர். காஸ்ட்ரோவும் பிற தோழர்களும் வரும் வரை அங்கேயே காத்திருக் கலாம் என்று சே முடிவு செய்தார். அவர் எதிர்பார்த்ததைப் போலவே, காஸ்ட்ரோ வந்து சேர்ந்தார். சேவைப் பார்த்ததும் மகிழ்ச்சியுடன் அவரை வரவேற்றார் காஸ்ட்ரோ. திடீரென்று அவர் முகம் மாறியது.

'உங்களுடைய ஆயுதங்கள் எங்கே?'

சே குவேரா: வேண்டும் விடுதலை! 69

'தூக்கிக் கொண்டு நடப்பதற்குச் சிரமமாக இருப்பதால், வேறொரு இடத்தில் மறைத்து வைத்துள்ளேன்.'

காஸ்ட்ரோவுக்கு 'சுர்' என்று கோபம் மண்டைக்கு ஏறிவிட்டது.

'இதெல்லாம் ஒரு சுமையா? ஆயுதங்கள் நமக்கு எத்தனை முக்கியமானவை என்று உங்களுக்குத் தெரியும்தானே. பிறகு, ஏன் இப்படி நடந்து கொண்டீர்கள்?'

'பயப்பட வேண்டாம் ஃபிடல், இதோ இப்போது போய் எடுத்து வந்து விடுகிறேன்.'

காஸ்ட்ரோ பதில் எதுவும் தரவில்லை. சேவுக்கு ஒரே குழப்பம். ஒரு சின்ன விஷயத்துக்குப் போய் எதற்காக காஸ்ட்ரோ இத்தனை உணர்ச்சி வசப்பட வேண்டும்? அப்படி என்ன பெரிய தவறு செய்துவிட்டோம்? ஆயுதங்கள் என்ன தொலைந்தா போயிற்று? விறுவிறுவென்று அந்த விவசாயியின் வீட்டுக்குச் சென்ற சே அதிர்ந்து போனார். அவர் தேடிச் சென்ற வீடு சின்னாபின்னமாக்கப்பட்டிருந்தது. ஆயுதங்களைக் காணவில்லை!

●

எப்போது வேண்டுமானாலும் தாக்குதல் தொடங்கலாம் என்ற நிலையில், ஒரு சில நாள்களுக்கு மறைந்திருக்க அவர்கள் முடிவு செய்தனர். அதற்கு அவர்கள் தேர்ந்தெடுத்த இடம் கரும்புத் தோட்டங்கள். சத்தம் போடாமல் பாம்புகளைப்போல் தோட்டத்துக்குள் ஊடுருவினார்கள். மையப் பகுதிக்கு வந்து சேர்ந்ததும், அப்படியே கீழே படுத்துக் கொண்டனர். சில கரும்புகளை வெட்டி, அதன் இலைகளை மேலே போர்த்திக் கொண்டனர். துப்பாக்கிகள்தான் தலையணை.

சேவுக்கு உறக்கமே வரவில்லை. ஏராளமான கொசுக்கள் அவரை இம்சித்துக் கொண்டிருந்தன. பெயர் தெரியாத வண்டுகளும் பூச்சிகளும் அவ்வப்போது கடித்துக் கொண்டிருந்தன. கடும் குளிர் வேறு. ஆனால், எல்லாமே ரம்மியமாக இருந்தது சேவுக்கு. மரணத்தை அருகே சென்று சுவாசித்துவிட்டு திரும்பியதாலோ என்னவோ, திடகாத்திரமான மன உறுதியை அவர் பெற்றிருந்தார்.

அடுத்த நான்கு நாள்களை அவர்கள் கரும்புத் தோட்டத்திலேயே கழித்தனர். காலை, மதியம், இரவு மூன்று வேளைக்கும் கரும்புகள்தான் உணவு. காஸ்ட்ரோ இரவு முழுக்க தனது இளவயது நினைவுகளை சேவிடம் பகிர்ந்து கொண்டார்.

●

மறுநாள், பொழுது விடிந்ததும், காஸ்ட்ரோ அனைவரையும் அழைத்து, உட்கார வைத்துப் பேசினார்.

'நடந்து முடிந்த மோதல்கள் நம் வெற்றியை உறுதிப்படுத்துகின்றன. எப்படி என்கிறீர்களா? வான் வழித் தாக்குதல், தரை வழித் தாக்குதல் இரண்டையுமே நாம் முறியடித்துவிட்டோம். சில தோழர்களை நாம் இழந்திருப்பது உண்மைதான். ஆனால் நாம் அதற்காகச் சோம்பி விடக்கூடாது. நமது இலக்கு ஹவானாவை விடுவிப்பது. லட்சியத்தை அடையும்வரை ஒருவருக்கும் ஓய்வு கிடையாது. வாருங்கள், உற்சாகத்துடன் போராடுவோம்.'

உள்ளூர் விவசாயிகளின் உதவியை நாடினார் காஸ்ட்ரோ. தம்முடைய போராட்டத்தை அவர்களிடம் விவரித்தார். க்யூபாவை விடுவிக்க வேண்டுமானால், இப்படி ஒரு கெரில்லாத் தாக்குதல் தேவை என்றார். புரட்சியாளர்களுக்கு அவர்கள் உதவ வேண்டும் என்று கேட்டுக் கொண்டார்.

காஸ்ட்ரோவின் ஒவ்வொரு செயலையும் கூர்ந்து கவனித்துக் கொண்டே வந்தார் சே. மக்களிடமிருந்து அந்நியப்படாமல் மக்களையும் இந்தப் போராட்டத்தில் அவர் இணைத்துக் கொண்டதில் சேவுக்கு பெருமகிழ்ச்சி.

பல புதிய நண்பர்கள் கிடைத்தனர். பெரும்பாலும் விவசாயிகள். காஸ்ட் ரோவின் மீது அவர்களுக்கு மிகுந்த அபிமானம் இருந்தது. நமக்காகத் தான் இத்தனை சிரமப்பட்டு, உயிரைப் பணயம் வைத்து இவர்கள் போராடுகிறார்கள் என்று அவர்களுக்குத் தெரிந்திருந்தது. ஒவ்வொரு வரும் தம்மால் இயன்ற உதவியை மனமுவந்து செய்தனர். காஸ்ட்ரோ வோடு ஒரு சில நிமிடங்கள் பேசினாலே போதும், அவரிடமிருந்த உற்சாகம் இவர்களையும் தொற்றிக் கொள்ளும்.

க்யூபாவிலுள்ள தோழர்களிடம் அவ்வப்போது தொடர்பு கொண்டு அங்குள்ள சூழலை கேட்டறிந்து கொண்டிருந்தார் காஸ்ட்ரோ. தேவைப் படும் ஆயுதங்களும் அவ்வப்போது வந்து சேர்ந்து கொண்டிருந்தன. படை வளரத் தொடங்கியது.

சே குவேராவின் மண்டையைக் குடைந்து கொண்டிருந்த கேள்வி ஒன்று தான். எப்போது தாக்குதலை தொடங்கப் போகிறோம்?

●

'ஃபிடல், நான் ஒன்று சொன்னால் கோபித்துக் கொள்ள மாட்டீர்களே?' என்றார் சே.

'மாட்டேன். தாராளமாகச் சொல்லுங்கள் சே.'

'தாக்குதல் தொடர்பாக ஒரு திட்டம் வைத்திருக்கிறேன். ஆனால் அது எந்த அளவுக்குச் சரியாக வரும் என்று எனக்குத் தெரியவில்லை.'

'எதுவாக இருந்தாலும் தயங்காமல் சொல்லுங்கள்.'

'நமது நடமாட்டத்தைக் கண்காணிக்க ஏகப்பட்ட லாரிகள் ரோந்து வந்து கொண்டிருக்கின்றன. எப்போது வேண்டுமானாலும் அவர்கள் நம்மைத் தாக்கக்கூடும். நாம் ஏன் அவர்களை முந்திக் கொள்ளக் கூடாது? மறைந் திருந்து அந்த லாரிகளைத் தாக்கினால் நன்றாக இருக்குமே. தவிரவும், எதிரிகளின் ஆயுதங்களும் நமக்குக் கிடைக்குமே!'

காஸ்ட்ரோ ஒரு நிமிடம் யோசித்தார்.

'இல்லை, சே. அது சரிபட்டு வராது. லாரிகளைத் தாக்குவது வீண். அதற்குப் பதிலாக, நாம் அந்த லாரிகளுக்குச் சொந்தமான ராணுவக் கிடங்குகளையே தாக்கி கைப்பற்றலாம்.'

'அட! இது எனக்குத் தோன்றாமல் போய்விட்டதே!' கண்களை விரித்து ஆச்சரியப்பட்டார் சே. 'ஒரு சிறிய விண்ணப்பம் ஃபிடல்.'

'சொல்லுங்கள்.'

'இந்தத் தாக்குதலை நானே வழி நடத்திச் செல்கிறேன்.'

காஸ்ட்ரோ தனது புருவங்களை உயர்த்தினார். 'நிச்சயமாக.'

'எனக்கு மூன்று, நான்கு ஆள்களைப் பிரித்துக் கொடுங்கள். நான் இப்போதே அதற்கான ஏற்பாட்டைத் தொடங்கிவிடுகிறேன்.'

தனது தொப்பியைச் சரிசெய்தபடியே வெளியேறும் சேவை, புன்னகையுடன் பார்த்துக் கொண்டிருந்தார் காஸ்ட்ரோ.

●

மளமளவென்று வேலைகள் தொடங்கின. முகாமுக்கு யார் வருகிறார்கள், போகிறார்கள், எத்தனைப் பேர், ரோந்து செல்லும் நேரம் என்ன போன்றவற்றைத் துல்லியமாகக் குறித்து வைக்கப் பட்டன. சே தனது ஆள்களை ஒன்று திரட்டினார். முதல் முறையாக ஒரு சிறிய படைக்குத் தலைமைத் தாங்கும் அரிய வாய்ப்பு தனக்குக் கொடுக்கப்பட்டதை எண்ணி எண்ணி பூரித்தார்.

தாக்குதல் தொடங்கியது.

சேவின் கீழ் இருந்த படை வீரர்களுக்கு, ஆரம்பத்தில் சேவின் தாக்குதல் திறன் மீது அதிக நம்பிக்கை இல்லை. இவர் ஒரு மருத்துவரா அல்லது

போர் தளபதியா என்கிற குழப்பம் நீடித்துக் கொண்டே இருந்தது. காரணம், இவர் துப்பாக்கியைத் தூக்கிய நேரத்தைவிட, மருந்துப் பெட்டியைத் தூக்கிய நேரமே அதிகம்.

'எல்லோரும் என் பின்னால் வாருங்கள்' என்று சே துப்பாக்கியைத் தூக்கிக் கொண்டு முன் வரிசையில் நின்றார். சரி என்னதான் செய்யப் போகிறார் பார்க்கலாம் என்ற எண்ணத்துடன் வீரர்கள் அணி திரண்டனர். யார் யார் எந்தெந்த வரிசையில் நிற்க வேண்டும், எந்தெந்த கோணத்திலிருந்து தாக்குதலைத் தொடர வேண்டும் போன்ற உத்தரவு களை அவ்வப்போது பிறப்பித்துக் கெண்டே இருந்தார் சே. வீரர்கள் யாருக்காவது காயம் ஏற்பட்டால், அடுத்த நொடியே துப்பாக்கியை அருகில் இருப்பவரிடம் ஒப்படைத்துவிட்டு, மருந்துப் பெட்டியைத் தூக்கிக் கொள்வார்.

வீரர்களுக்கு அதிர்ச்சி. அதைச் செய், இதைச் செய் என்று பின்னால் நின்று கொண்டு ஆணைகளை வழங்குவார் என்று பார்த்தால், சட்டையை மடித்துக் கொண்டு முன்னால் போய் நிற்கிறாரே! ஒருவேளை போதிய அனுபவம் இல்லாததால் ஏற்பட்ட ஆர்வக் கோளாறா?

சே, அவர்களது நம்பிக்கையைச் சிதறடித்தார். வான்வழித் தாக்குதல் களை அநாயசமாகச் சமாளித்தார். எப்போதாவதுதான் மறை விடத்தைத் தேடினார். கடந்து போன விமானங்களை வெறித்துப் பார்த்தவாறு நகர்ந்து கொண்டிருப்பார். வாயில் சுருட்டு புகைந்து கொண்டிருக்கும். பல சமயங்களில் அவர் தனது எதிரிகளை முற்றிலு மாக அலட்சியப்படுத்தினார். எந்தவிதத் தடையுமின்றி தனது வேலைகளைத் தொடர்ந்து கொண்டு இருந்தார்.

எல்லாவற்றையும் விட பெரிய ஆச்சரியம், சே வகுத்துக்கொடுத்த போர் வியூகம், துல்லியமாக வேலை செய்ததுதான். தாக்குதலைச் சமாளிக்க முடியாத ராணுவத்தினர், ஆயுதங்களை அப்படியே கீழே போட்டு விட்டு ஓட்டம் பிடித்தனர். கெரில்லா வீரர்களுக்குத் தலை கால் புரியவில்லை. முதல் முறையாக மிகப் பெரிய வெற்றியை அவர்கள் சுவைத்திருக்கிறார்கள். யுவெரோ யுத்தம் என்று பெயரிடப்பட்ட இந்த யுத்தத்தில் ராணுவத் தரப்பில் பதினான்கு பேர் கொல்லப்பட்டனர். கெரில்லாப் போர்ப்படையில் ஆறு பேர் கொல்லப்பட்டனர்.

ஐம்பத்து மூன்று ராணுவத்தினருக்கு எதிராக பதினெட்டு கெரில்லாப் போராளிகள் நடத்திய இந்த யுத்தம்தான் அது வரை நடைபெற்ற நேரடி யுத்தத்திலேயே பெரியது. ஜூலை 26 இயக்கம் பெற்ற முதல் பெரும் வெற்றியும் இதுதான். சேவை மிகுந்த நம்பிக்கையுடன் படை வீரர்கள் பார்க்கத் தொடங்கியதும் இந்த வெற்றிக்குப் பிறகுதான்.

காஸ்ட்ரோவுக்குப் பரம திருப்தி. முதல் தாக்குதலிலேயே இத்தனைப் பெரிய வெற்றி கிடைத்திருப்பது, அவரது உற்சாகத்தைப் பன்மடங்கு அதிகப்படுத்தியது. சேவை அப்படியே கட்டியணைத்துக் கொண்டார். உடனடியாகத் தனது ஆள்களையும் திரட்டினார்.

'இன்று முதல் சே குவேரா நம்முடைய கமாண்டண்ட். தொடர்ந்து அவர் நம்மை நல்ல பாதையில் வழிநடத்திச் செல்வார்.'

வானத்தில் மிதந்து கொண்டிருந்தார் சே. முதல் வெற்றியின் சுவையை முழுவதுமாக உணர்வதற்குள் பதவி உயர்வு.

'மிக்க நன்றி ஃபிடல். இந்த உலகத்திலேயே பெருமைக்குரிய மனிதன் நான்தான் என்று உணர்கிறேன்.'

'இனி, நீங்கள் உங்கள் குழுவினருடன் வேறு பகுதிகளுக்குச் செல்லலாம்.'

'மிக்க நன்றி ஃபிடல். உங்கள் நம்பிக்கையை நான் வீணாக்க மாட்டேன்.'

'எனக்குத் தெரியும் சே.'

•

இரண்டாவது படைப்பிரிவு சேவின் நேரடிக் கட்டுப்பாட்டின் கீழ் வந்தது. மொத்தம் இருபத்தைந்து படை வீரர்களைக் கொண்ட மூன்று பிளாட்டுன்கள். தேவைப்படும் ஆயுதங்கள் அத்தனையும் அளிக்கப்பட்டிருந்தன. இவை எல்லாவற்றையும் விட சேவைக் கவர்ந்த முக்கிய சலுகை, அபரிமிதமான சுதந்தரம். இதுநாள் வரை சே, காஸ்ட்ரோவின் கட்டளையின்படியே இயங்கிவந்தார். மருத்துவப் பணியாக இருந்தாலும் சரி, களத்தில் போராடும் பணியாக இருந்தாலும் சரி, ஒட்டுமொத்த படைகளையும் வழிநடத்துபவர் காஸ்ட்ரோதான்.

சேவைப் பொருத்தவரை, சொல்லிக் கொள்ளும்படியாக எந்தவித முக்கியப் பொறுப்பும் அவருக்குத் தனியாக ஒதுக்கித் தரப்படவில்லை. பெரிய அளவில் அதிகாரமும் கிடையாது. பிற வீரர்களைப் போலத்தான் அவரும் நடத்தப்பட்டார், மதிக்கப்பட்டார். ஆனால், யுவெரோ யுத்தத்தின் வெற்றி, சேவுக்கு ஒரு புதிய அங்கீகாரத்தை வழங்கியது.

இனி அவர் தன்னிச்சையாக முடிவெடுக்கலாம். தன்னிச்சையாகத் திட்டங்களை வகுக்கலாம். செயல்படுத்தலாம். தனக்குச் சரி என்று படுவதை, சே தாராளமாகச் செய்யலாம். ஃபிடலிடமோ அல்லது வேறு எவரிடமோ அவர் அனுமதி பெற வேண்டியதில்லை. போதாது?

உற்சாகமும் வெறியும் சேவைப் பற்றிக் கொண்டது. அவர் ஆர்வத்துடன் எதிர்பார்த்திருந்த தருணம் இதுதான். தொடர்ந்து பல வியூகங்களை அமைத்தார். தொடர்ந்து போராடினார். வெற்றியும் தோல்வியும் மாறி மாறி வந்தன. ஜூலையில் எல் பாய்சிட்டோ, ஆகஸ்ட் மாதத்தில் எல் ஹோம்ப் ரிட்டோ. செப்டம்பரில் பினோ டெல் ஆகுவா. ஒவ்வொரு பகுதியாகப் புரட்சியாளர்கள் வசம் வீழ்ந்தது.

ஒவ்வொரு தாக்குதலின் போதும் பல புதிய விஷயங்களைக் கற்றுக் கொண்டார் சே. வெற்றி, தோல்வி இரண்டிலிருந்தும் பாடங்கள் படித்துக் கொண்டார். மோதல்களில் ஈடுபடாதபோது, தனது படை வீரர்களுடன் அமர்ந்து பல விஷயங்களை விவாதித்தார். போராட்டம், லட்சியம், கனவு - அவரது பேச்சுக்கள் இந்த மூன்று அம்சங்களையே சுற்றிச் சுற்றி வந்தன.

காஸ்ட்ரோவிடம் தொடர்ந்து தொடர்பிலிருந்தார் சே. இருவருக்கும் இடையே செய்தி பரிமாற்றங்கள் நடைபெற்று வந்தன. சேவின் அசுரத் தனமான முன்னேற்றங்களை மிகுந்த வியப்புடனும் மகிழ்ச்சியுடனும் கேட்டுத் தெரிந்து கொண்டார் காஸ்ட்ரோ. ஒருமுறை சே அனுப்பிய குறிப்பிலிருந்து அவர் காலில் குண்டு பாய்ந்துவிட்டதைத் தெரிந்து கொண்டார்.

துடிதுடித்துப் போய்விட்டார் காஸ்ட்ரோ.

தனது ஆள்களை அழைத்தார்.

'இதென்ன, சே இன்னமும் கமாண்டண்ட்டாகப் பதவி உயர்வு பெற வில்லையா?'

'இல்லையே. அப்படித்தானே அவர் நடத்தப்படுகிறார்.'

'அப்படியானால் அவர் எப்படி காயப்பட்டிருக்க முடியும்?'

'ஓ, அதைக் கேட்கிறீர்களா? சே இப்பொழுதும் முன் வரிசையில் நின்றுதான் போராடிக் கொண்டிருக்கிறார்.'

'ஆ! அவருக்குப் பதவி உயர்வு கொடுத்ததே வீண்.' கோபமும் பெருமிதமும் சரிசமமாகக் கலந்திருந்தது காஸ்ட்ரோவின் குரலில். அன்றே, சேவுக்கு ஒரு கடிதமும் எழுதினார் காஸ்ட்ரோ.

'சே, இது உங்களுக்கு நான் அனுப்பும் எச்சரிக்கை. நீங்கள் மிகுந்த கவனத்துடன் இருக்க வேண்டியது அவசியம். அலட்சியக் குறைவு இனியும் வேண்டாம். உங்களை யார் நேரடியாகப் போரிடச் சொன்னது? திட்டங்கள் தீட்டுவதும், அதை ஆள்கள் சரியாகச் செயல் படுத்துகிறார்களா என்று பார்ப்பதும்தானே உங்கள் பணி? வீரர்களை

வழி நடத்தும் பொறுப்பை மட்டும் நீங்கள் நிறைவேற்றினால் போதும். இப்போது இதுதான் நமக்குத் தேவைப்படுகிறது.'

சேவும் காஸ்ட்ரோவும் உணர்வு ரீதியாக ஒட்டிக்கொண்டது இந்தத் தருணத்தில்தான்.

•

ராணுவத்தினரின் கூடாரங்களைத் தேடிப் பிடித்து அவர்களுடன் சீற்றத்துடன் போரிட்டது சேவின் குழு. ஹவானாவைக் கைப்பற்ற வேண்டுமானால், முதலில் ராணுவத்தின் பலத்தை இயன்றவரைக் குறைக்க வேண்டும். அதைத்தான் சே செய்து கொண்டிருந்தார். ஒவ்வொரு கூடாரத்தைத் தகர்க்கும்போதும், ஏராளமான ஆயுதங்கள் கிடைத்தன. அவற்றை ஒன்று விடாமல் கைப்பற்றிக் கொண்டார் சே. கைதாகும் நபர்களை பொதுவாக விடுவித்துவிடுவது வழக்கம். அவர்களுக்கு எந்தவித தண்டனையும் அளிக்கப்படுவது கிடையாது. காஸ்ட்ரோ ஒரு படி மேலே போய், தன்னுடைய கைதிகளுக்கு அரசியல் வகுப்புகள் எடுக்கத் தொடங்கிவிடுவார். அதற்கு அவர் கொடுக்கும் விளக்கம் இதோ. 'பாவம், அவர்களுக்கு மட்டும் பாடிஸ்டாவிடம் வேலை செய்யவேண்டும் என்று வேண்டுதலா என்ன? அவர்களிடம் போதிய அரசியல் விழிப்புணர்வு இல்லை. அதனால்தான் இன்னமும் அங்கே ஒட்டிக்கொண்டு இருக்கிறார்கள்.'

கைதிகளுக்குத் தண்டனைக் கிடையாது. ஆனால், துரோகிகளுக்குத் தண்டனை உண்டு. அதுவும் சாதாரண தண்டனை அல்ல, மரண தண்டனை. காரணம், ஒரு துரோகி ஆயிரம் எதிரிகளுக்குச் சமமானவன். கூடவே இருந்து குழி பறிப்பவன். உயிரை விட்டு தீட்டும் போர்த் திட்டங்களை, காசு, பணத்துக்கு ஆசைப்பட்டு எதிரிகளிடம் விற்றுவிடுபவன்.

சே, பல துரோகிகளைச் சந்திக்க வேண்டியிருந்தது. அவர்கள் அத்தனைப் பேருக்கும் மரண தண்டனை விதித்தார் சே. உத்தரவைப் பிறப்பித்துவிடுவார். ஆனால், அதற்குப் பிறகு மண்டையை உடைத்துக் கொண்டு யோசிக்க ஆரம்பித்துவிடுவார். 'ஒருவேளை இவனைக் கொல்லாமல் அப்படியே விட்டு வைத்தால் என்ன ஆகியிருக்கும்? திருந்தியிருப்பானா?'

பல முக்கிய முடிவுகளை அசாதாரணமாக உடனுக்குடன் எடுத்துவிடும் சே, இந்த விஷயத்தில் மட்டும் நிறையத் தடுமாறினார். உதாரணத்துக்கு, எஷவரியாவைச் சொல்லலாம். கிரான்மாவில் உடன் வந்த போர்வீரனின் சகோதரன். அந்த அடிப்படையில்தான் அவனைக் குழுவில் இணைத்துக் கொண்டார்கள். ஆரம்பத்தில் ஒழுங்கு

மரியாதையுடன்தான் நடந்து கொண்டான். ஆனால், புரட்சிப் படைக்குக் கிடைத்த வெற்றி அவனை நிலை தடுமாற வைத்தது. புரட்சிப் படைகள் கைப்பற்றிய பகுதிகளை தனது சொந்த நிலமாக நினைக்கத் தொடங்கிவிட்டான். கிடைக்கும் பொருளை அபகரித்துக் கொண்டான். கேட்டால், இது நம்முடைய பகுதிதானே என்றான். படைக்குக் கட்டுப்பட மறுத்தான்.

எஷவரியாவைப் பிடித்து வந்து சேவின் முன்பு நிறுத்தினார்கள். சே யோசித்தார். இவனை விரட்டியடிக்கவோ, அல்லது மன்னிக்கவோ முடியாது. தனது படைவீரர்களிடம் திரும்பினார் சே.

'நீங்கள் என்ன சொல்கிறீர்கள்?'

'இவனை உயிருடன் விட்டுவைத்தால், நம் பெயர் கெட்டுவிடும். மரண தண்டனை மட்டுமே விதிக்க வேண்டும்.'

'சரி.'

சொல்லிவிட்டாரே தவிர, அன்று முழுவதும் அவரால் இயல்பு நிலைக்குத் திரும்ப முடியவில்லை. படை வீரர்கள் சொல்வதிலும் நியாயம் இருக்கவே செய்தது. எத்தனைச் சிரமப்பட்டு, விவசாயிகளுடன் பேசி, அவர்களது ஆதரவைப் பெற்று, மக்கள் அனைவரையும் ஒன்றிணைத்து ஒரு போராட்டத்தை நடத்திக் கொண்டிருக்கிறோம். இந்த நேரத்தில் எஷவரியாவைப் போன்ற துரோகிகள் புரட்சிப் படையின் கட்டுப்பாடுகளை உடைத்து, தான்தோன்றித்தனமாக நடந்து கொண்டால், மக்கள் யாரைத் தூற்றுவார்கள்? 'உங்களைப் பாதுகாக்க வந்திருக்கிறோம், உங்களை விடுவிக்கப் போகிறோம்!' என்று சொல்லிக் கொண்டு இருக்கும்போதே, அவர்களது உடைமைகளை கொள்ளை யடித்தால் மக்களுக்கு புரட்சிக்குழுவின் மீது வெறுப்பு வராதா?

இத்தனைச் சிரமப்பட்டு நடத்தும் போராட்டம் எல்லாமே ஒரு சில தனி நபர்களால், ஒரே நொடியில் தவிடுபொடி ஆகிவிடும் அல்லவா? அதற்காகத்தான் துரோகிகளுக்கு மரணதண்டனை.

இப்படியெல்லாம் ஆயிரம் காரணங்களைச் சொன்னாலும், ஆயிரம் விளக்கங்கள் கைவசம் இருந்தாலும், மரண தண்டனை விதிப்பது ஒரு தவறான முன்னுதாரணம் என்று அவருக்குத் தெளிவாகத் தெரிந்திருந்தது. அதற்காக அவர் வருத்தப்படவும் செய்தார்.

•

ஒருமுறை, உணவு தேடி ஒரு விவசாயியின் வீட்டுக்குச் சென்றார். எத்தனைப் பேருக்கு உணவு வேண்டும் என்று அந்த விவசாயி

கேட்டதற்கு, தம்முடன் இருந்தவர்களின் எண்ணிக்கையைக் கூறினார். அந்த விவசாயி உணவு தயாரிக்க உள்ளே சென்றுவிட, சே வெளியே காத்துக் கிடந்தார். அப்போது அவருடன் மேலும் இரண்டு தோழர்கள் இருந்தனர். சிறிது நேரம் கழித்து மூன்று தட்டுகளில் உணவு கொண்டு வந்தார் அந்த விவசாயி.

'இவை எதற்காக?' என்றார் சே.

'நீங்கள் காத்துக் கொண்டிருக்கும் வரை இதைச் சாப்பிடலாம்.'

'இல்லை வேண்டாம். எல்லா உணவும் ஒன்றாகவே இருக்கட்டும். மொத்தமாக தயார் ஆன பிறகு நான் வாங்கிக் கொள்கிறேன்.'

'இல்லை, நீங்கள் பசியுடன் இருப்பீர்கள். அதனால் முதலில் இதைச் சாப் பிட்டுவிடலாமே.'

'இல்லை பெரியவரே. என் நண்பர்களும்கூடத்தான் பசியுடன் இருக் கிறார்கள். எல்லோரும் ஒன்றாகத்தான் சாப்பிடுவோம். நீங்கள் பொறுமையாகத் தயார் செய்யுங்கள்.'

இது ஒன்றும் பெரிய விஷயம் இல்லைதான். சேவும் அவரது நண்பர்களும் அங்கேயே சாப்பிட்டு முடித்திருந்தால், சுமை குறைந் திருக்கும். ஆனாலும் சே தனது முடிவை மாற்றிக் கொள்ள விரும்ப வில்லை.

சேவின் கீழ் பணிபுரிந்த அத்தனை வீரர்களுக்கும் சேவை மிகவும் பிடித்துப் போனதற்கு முக்கியக் காரணம் அவரது தோழமை பண்பு. தான் ஒரு கமாண்டண்ட் என்று சொல்லி அவர்களிடம் இருந்து என்றுமே பிரிந்து நிற்க விரும்பவில்லை சே.

நேரம் கிடைக்கும் போதெல்லாம் தான் கையோடு கொண்டு சென்றிருந்த புத்தகங்களைப் படித்துக் கொண்டிருப்பார் சே. ஒரு கவிதையோ அல்லது ஒரு பத்தியோ பிடித்துவிட்டால் போதும், எல்லோரையும் கூப்பிட்டு உட்கார வைத்து உரக்கப் படிப்பார். தனக்குத் தேவைப்படும் புத்தகங்களை வாங்கி வரச் சொல்லிப் படிப்பார். அந்த அத்துவானக் காட்டில்கூட, புத்தகப் பரிமாற்றங்கள் நடந்துகொண்டு தான் இருந்தன. திடீரென்று ஒரு புத்தகத்தின் பெயர் நினைவுக்கு வரும். உடனே வாசிக்க வேண்டும் போல் தோன்றும். நண்பரிடம் சீட்டு எழுதி அனுப்புவார். 'வில் டியூரன்டின் தத்துவங்களின் கதைப் புத்தகம் எங்கிருந்தாலும் வாங்கி வா!'. ஹெமிங்வே, ஜாக் லண்டன், கிரஹாம் க்ரீன், ஃபாக்னர், சார்த்தர் எல்லாம் இப்படிப் படித்ததுதான்.

●

பாடிஸ்டாவின் ராணுவத்தினர் தொடர்ந்து தோல்விகளைச் சந்தித்துக் கொண்டிருந்தனர். 'முந்தாநாள் அதிகாலை ராணுவம் நடத்திய குண்டு வீச்சில் புரட்சிக்காரர்கள் பூண்டோடு அழிந்துவிட்டனர். குறிப்பாக, காஸ்ட்ரோ இறந்துவிட்டார். அவரது உடலையும் நாங்கள் கைப்பற்றி விட்டோம்' என்று சுடச்சுடச் செய்திகளைப் பரப்புவார் பாடிஸ்டா. அதே சமயம், புரட்சிக்குழுவைத் தேடச் சென்ற ராணுவத்தினரின் உடல்கள் குண்டடிப்பட்டு திரும்பி வந்துகொண்டிருக்கும். சலிப்பே இல்லாமல் மீண்டும் ராணுவத்தை அனுப்பி வைப்பார்.

பாடிஸ்டாவுக்கு இப்போது இரட்டை பயம். ஒன்று புரட்சிக்காரர்களின் ஊடுருவல். பெரிய ராணுவத்தை வைத்திருந்தாலும், புரட்சிக்காரர் களின் போர்வெறி அவரைப் பயம் கொள்ளச் செய்தது. சுலபத்தில் அழித்து ஒழித்துவிடலாம் என்றுதான் ஆரம்பத்தில் நினைத்தார். ஆனால் தான் நினைத்தது தவறு என்று அவருக்குத் தெரிந்துவிட்டது.

மற்றொன்று அமெரிக்கா. க்யூபாவில் இருக்கும் ஆயுத பலம், பணபலம் எல்லாமே அமெரிக்காவின் உபயம்தான். 'கலகக்காரர்களை அழித்து ஒழிக்கவேண்டும்' என்ற நிபந்தனையுடன்தான் இந்த உதவிகளை அமெரிக்கா பாடிஸ்டாவுக்குச் செய்தது. காஸ்ட்ரோவைப் பற்றி அமெரிக்காவுக்குப் பெரிதாக எதுவும் தெரியாது. ஆனாலும் அவர் எதிர்க்கப்பட வேண்டியவர் என்பதில் அவர்களுக்கு மாற்றுக் கருத்து கிடையாது. காரணம், பாடிஸ்டா அவர்களது தலையாட்டிப் பொம்மை. அவரைக் கவிழ்த்துவிட்டு வேறு யார் வந்தாலும் அமெரிக்கா அவர்களை தம் பக்கம் ஈர்க்க பாடுபட வேண்டியிருக்கும். அமெரிக்காவுக்கு இது பெரிய விஷயம் இல்லைதான். என்றாலும், தேவையற்ற வேலை தானே! தவிரவும், காஸ்ட்ரோவைப் பற்றி அமெரிக்காவுக்கு அதிகம் தெரியாவிட்டாலும், அவர் ஒரு கம்யூனிஸ்ட் கலகக்காரர் என்று தெரிந் திருந்தது. போதாது?

பாடிஸ்டாவுக்கு வண்டி வண்டியாக ஆயுதங்கள் அனுப்பி வைத்தது அமெரிக்கா. 'இன்னமும் வேண்டுமானால் தயங்காமல் கேள். கொடுத்து அனுப்புகிறேன்' என்றது. 'நீங்கள் என்ன செய்வீர்களோ, ஏது செய்வீர்களோ எனக்குத் தெரியாது. எப்படியாவது கலகக்காரர்களை ஒழித்துவிடுங்கள்' என்று பாடிஸ்டாவிடம் பிரத்தியேகமாகக் கேட்டுக் கொண்டது.

ராணுவத்துக்கும் புரட்சிக்காரர்களுக்கும் இடையே நடந்து கொண்டிருக்கும் யுத்தத்தை அக்கறையுடன் அமெரிக்கா கண்காணிக்கத் தொடங்கியது.

●

தாக்க வரும் ராணுவத்தினரைச் சாய்த்தாகிவிட்டது. ராணுவத்தினரின் கூடாரங்களைத் தேடிப் பிடித்து அழித்தாயிற்று. முக்கிய ராணுவக் கிடங்குகளைக் கைப்பற்றியாகி விட்டது. கிராமப்புற மக்களின் ஆதரவையும் தேவைக்கு ஏற்ப சம்பாதித்தாகி விட்டது. ஆள்பலம் கூடிவிட்டது. ஆள்களைவிட ஆயுதங்கள் இப்போது அதிகம். மேலோட்டமாக, பாடிஸ்டாவுக்கு நிறைய சேதத்தை ஏற்படுத்தியாகி விட்டது. அடுத்த அடி, ராணுவத்தின் இதயத்தில் இடியாக இறங்க வேண்டும். ராணுவத்தால் முற்றிலும் எதிர்கொள்ள முடியாத அடியாக அது இருக்க வேண்டும்.

அடுத்தகட்ட தாக்குதலுக்குத் தயாரானார் காஸ்ட்ரோ.

லா வில்லாஸ். இதுதான் அடுத்த இலக்கு. மலைப் பகுதியில் இருந்து நீண்ட தொலைவு தள்ளியிருக்கும் பகுதி. இதைத்தான் அடுத்து தாக்க வேண்டும்; கைப்பற்ற வேண்டும். இதுவரை நடந்த போராட்டங்களில் இதுதான் பிரதானம். இந்தத் தாக்குதலுக்கு முற்றிலும் பொருத்த மானவர் என்று காஸ்ட்ரோ பிரத்தியேகமாகக் கருதியது சேவை.

சேவின் பணி, தெளிவாக வரையறுக்கப்பட்டிருந்தது. முதல் காரியமாக அவர் செய்ய வேண்டியது, லா வில்லாஸில் உள்ள பிற புரட்சிகர இயக்கங்களை ஒன்று சேர்க்க வேண்டும்.

புரட்சிகர இயக்கங்களா, யார் அது? மாணவர் இயக்கத்தைச் சார்ந்தவர்கள், மக்கள் சோஷலிஸ்ட் கட்சி (People Socialist Party) என்ற பெயரில் இயங்கி வந்த அரசு எதிர்ப்புப் படை, இப்படிப் பல அமைப்புகள். இரண்டு வழிகளில் இதனைச் செய்யலாம். ஒன்று, இவர்களோடு உட்கார்ந்து பேசுவது. 'இப்படிச் சிதறிச் சிதறி தனியாகப் போராடினால், சுலபத்தில் உங்களைச் சாப்பிட்டு விடுவார்கள். எனவே, எங்கள் தலைமையில் ஒன்றுபடுங்கள்.' என்று பேசலாம். இது அரசியல் ரீதியிலான அணுகுமுறை. இது பலிக்காத பட்சத்தில், அவர்களை அடக்கியாக வேண்டும். வேறு வழி கிடையாது.

இந்தப் பணிக்கு சே தேர்ந்தெடுக்கப்பட்டது குறித்து புரட்சிக் குழுவில் பலர் தமக்குள்ளாகக் கிசுகிசுக்கத் தொடங்கி விட்டார்கள். காரணம், இந்தப் பணியின் முக்கியத்துவம் அப்படி. காஸ்ட்ரோ போன்ற ஓர் அனுபவசாலியால் மட்டுமே செய்து முடிக்க வேண்டிய பணி இது. தலைமைத் தாங்க வேண்டிய பொறுப்பு அவரிடம் இருந்ததால், அவரால் இந்தக் குறிப்பிட்ட பணியை செய்ய முடியாது என்பது புரிந்து கொள்ளத்தக்கதே. ஆனால், அதற்காக அவர், சே போன்ற ஒருவரைத் தேர்ந்தெடுத்தது எந்த விதத்தில் நியாயம்? இதுதான் அனைவரையும் துளைத்தெடுத்த கேள்வி.

சேவை அவர்கள் குறைத்து மதிப்பிட்டார்கள் என்று சொல்வதற்கில்லை. அவரது முக்கியத்துவத்தை அனைவரும் உணர்ந்திருந்தனர். ஒரு மருத்துவராக, ஒரு கெரில்லாப் போர் வீரனாக, ஒரு கமாண்டண்ட்டாக அவர் மிளிர்ந்தது அனைவரும் அறிந்ததே. ஆனாலும், காஸ்ட்ரோ அளவு கடந்த சலுகைகளை சேவுக்கு அளிப்பதாக அவர்கள் நினைத்தனர். குறைந்தது ரால் காஸ்ட்ரோவிடமாவது அந்தப் பொறுப்பை அளிக்க வேண்டும் என்பது அவர்களுடைய எதிர்பார்ப்பு. ஆனால், இதற்கு சேதான் பொருத்தமான நபர் என்று காஸ்ட்ரோ அழுத்தம் திருத்தமாகச் சொல்லிவிட்டார்.

ஆகஸ்ட் 31, 1958. மொத்தம் 148 பேர். 'கிளம்பலாம்' என்றார் சே. மிகுந்த உற்சாகத்துடன்தான் தொடங்கியது அந்தப் பயணம். ஆனால், ஒரு சில தினங்களிலேயே அத்தனை உற்சாகமும் வடிந்துபோனது. கிரான்மா பயணத்தில் புரட்சிக்குழு சந்தித்த இன்னல்களைத் தொகுத்து இன்னொரு முறை அனுபவித்தைப் போல் உணர்ந்தனர். பசி, தூக்கமின்மை, கொசுக்கள், புயல், வெள்ளம் எல்லாம் சேர்ந்து படுத்தி எடுத்துவிட்டன.

பெட்ரோல் தீர்ந்துவிட்டதால், வாகனங்களில் போக முடியவில்லை. முந்நூறு கிலோ மீட்டர் தூரத்தை, அதுவும் கரடு முரடான மலைப் பகுதியை, பெரும் புயலுக்கு மத்தியில் கடந்து செல்வது என்பது லேசுபட்ட காரியமா? ஆனாலும், சே சளைக்காமல் தனது படையினரை வழிநடத்திச் சென்றார். சோர்வடையும் ஒவ்வொரு வீரரையும் தட்டிக்கொடுத்து உற்சாகப்படுத்தினார்.

'இதோ, லாஸ் வில்லாஸ் வந்துவிட்டது. தொட்டுவிடும் தொலைவு தான்' என்று நம்பிக்கையூட்டினார்.

'இதை மட்டும் நாம் ஒழுங்காகச் செய்துவிட்டால், பிறகு நமக்குக் கிடைக்கப்போகும் சுகங்கள் எத்தனை எத்தனையோ' என்று ஆசை காட்டினார்.

கனவு மிதக்கும் கண்களுடன் சே சொல்லும் வார்த்தைகள் அவர்களுக்குத் தெம்பூட்டின.

அந்தக் கடினமான பாதையில் ஒரு சமயம் குதிரையில் பயணிக்கும் போதுதான் சேவுக்குத் திடீரென்று நினைவு வந்தது. 'அட! இந்த ஆஸ்த்மா வந்து ரொம்ப நாள்கள் ஆகிவிட்டதே. எங்கே போனது அது? என்னைக் கண்டு பயந்துவிட்டதா?' சத்தம் போட்டுச் சிரித்தார் சே.

லாஸ் வில்லாஸை அடையும் வரைத் தனது படைவீரர்களுடன் ஏதாவது பேசிக் கொண்டும், விவாதித்துக் கொண்டும் இருந்தார் சே. கோபம் வந்தால் கடுமையாகத் திட்டத் தயங்க மாட்டார். ஆனால்,

விரைவில் சுதாரித்துக் கொண்டு மன்னிப்புக் கேட்டுவிடுவார். அதேபோல், தனது கனவுகளைப் பற்றி விஸ்தீரணமாக விவரிப்பதிலும் சேவுக்குக் கொள்ளை ஆர்வம். ஆனால், இவரது கனவுகளை, எல்லோரும் எப்போதும் ரசித்தனர் என்று சொல்ல முடியாது.

ஒரு சிலர் இப்படிப் பேசிக் கொண்டனர்.

'இப்படி ஒரு கற்பனை உலகத்தில் இவர் எப்போதும் உலாவிக் கொண்டிருந்தால், பிற்காலத்தில் இதுவே அவருக்கு ஆபத்தான விளைவுகளை ஏற்படுத்தும்.'

•

லாஸ் வில்லாஸுக்கு வந்து சேர்ந்த அடுத்த நிமிடமே வேலையில் இறங்கினார் சே. அந்தப் பகுதி மக்களைச் சந்தித்துப் பேசினார். கூட்டங்களைக் கூட்டினார். அவர்களது வீடுகளுக்குச் சென்றார். எல்லோரிடமும் மனம் விட்டுப் பேசினார். புரட்சிக்குழு யாருக்காக, யாரால், எதற்காகத் தொடங்கப்பட்டது என்பது குறித்துப் பேசினார். பாடிஸ்டாவின் ஆட்சியை கவிழ்க்க வேண்டிய அவசியத்தை எடுத்துக் கூறினார். புரட்சிக்குழு ஆட்சிக்கு வந்தால் என்னென்ன செய்யும், என்னென்ன செய்யாது என்று பட்டியலிட்டார். இதுபோன்ற விஷயங்கள் அந்த ஏழை மக்களுக்குப் புரியுமா, புரியாதா என்றெல்லாம் அவர் யோசித்துக் கொண்டிருக்கவில்லை. தான் சொல்ல விரும்பியதை அவர்கள் கேட்க விரும்பும் வகையில் சொன்னார்.

காலை முதல் இரவு வரை நிலத்தில் வியர்வைச் சிந்த உழைத்துவிட்டு, பண்ணையார்கள் அள்ளித் தெளிக்கும் பணத்தைப் பொறுக்கி எடுத்து வாழும் வாழ்க்கைக் கீழ்த்தரமானது என்று அவர்களுக்குப் புரிய வைத்தார். பண்ணையார்களுக்கு அடங்கிப் போக வேண்டிய அவசியம் இல்லை; அவர்கள் கடவுள் கிடையாது என்று அடித்துப் பேசினார். வேலை செய்பவர்களுக்கு நிலம் கிடைக்க வேண்டும் என்றார். புரட்சி வெற்றி பெற்றுவிட்டால், முதல் கட்ட பணியாக, நிலச்சீர்திருத்தம் கொண்டு வரப்படும் என்று உறுதியளித்தார். சிறுவிவசாயிகளைச் சந்தித்து, அவர்களது பிரச்னைகளைக் கேட்டறிந்தார். காபி உற்பாத்தியளர்களுக்கு வரிவிலக்கு அளிக்கப்படும் என்றார்.

'இதெல்லாம் மெய்யாகவே நடக்குமா தம்பி?' என்றார் அருகிலிருந்த ஒரு விவசாயி.

'பெரியவரே, நீங்களும் எங்களுடன் சேர்ந்து போராட வேண்டும். அப்போதுதான் எல்லாம் நடக்கும்.'

'எங்களுக்குச் சண்டையெல்லாம் போடத் தெரியாதே.'

'சண்டை போடுவது முக்கியமல்ல. போராட வேண்டும் என்ற குணம் இருந்தாலே போதுமானது.'

'ஆனால் நாங்கள் விவசாயிகள்தானே. எங்களால் உங்களுக்குச் சரிசமமாகப் போராட முடியுமா?'

சே புன்னகைத்தார்.

'நிச்சயம் முடியும். ஏனென்றால் இது எங்களுடைய போராட்டம் அல்ல. உங்களுடைய போராட்டம். எங்களைவிட இது உங்களுக்குத் தான் மிக முக்கியமானது. உங்கள் அத்தனைப் பேருடைய வாழ்க்கையையும் மாற்றி அமைக்கப் போகிற போராட்டம் இது.'

விவாதம் புரிந்த அத்தனைப் பேரும் சேவின் பின்னால் அணி திரண்டனர். விவசாயிகள், நில வேலை செய்பவர்கள், வேலையற்ற இளைஞர்கள் அத்தனைப் பேருக்கும் அரசியல் வகுப்புகள் எடுத்தார் சே. கிராமப்புற மக்கள் தம்முடன் இணைந்தது அவருக்குப் பரம திருப்தியாக இருந்தது.

'இனி இது புரட்சிப் படை அல்ல. விவசாயிகள் படை' என்றார் பெருமைப் பொங்க.

●

கம்யூனிஸ்டுகளிடமும், பிற அமைப்புகளிடமும் பேசினார். புரட்சியாளர் களுக்கு மக்களிடையே பெருகி வரும் ஆதரவை அவர்களிடம் எடுத்துச் சொன்னார். அவர்களையும் தம்முடன் இணைந்து கொள்ள அழைப்பு விடுத்தார். நிலச்சீர்திருத்தம், நிலக்குத்தகை ரத்து போன்ற சலுகைகளை மக்களுக்கு அளிக்க வேண்டியதன் அவசியத்தை வலியுறுத்தினார். மெல்ல மெல்ல அவர்களை ஈர்த்தார். அதேபோல், மக்கள் சோஷலிசக் கட்சியினரையும் தன் பக்கம் கவர்ந்தார்.

சேவுடன் இணைந்த தோழர்களுள் முக்கியமானவர் என்ரிக் ஓல்டஸ்கி (Enrique Oltuski).

தத்துவார்த்த ரீதியில் சேவுடன் நிறைய உரையாடுபவர், விவாதிப்பவர். முக்கிய நண்பர்தான் என்றாலும் சே பல சமயம் இவரிடம் சண்டைக்குப் போயிருக்கிறார். மிகச் சாதாரணமாகத்தான் பேச்சைத் தொடங்கு வார்கள்.

'மக்களுக்கு நிலம் வேண்டும். அதை நாம் முதலில் செய்தாக வேண்டும்' என்பார் சே.

‘நீ சொல்வது சரிதான். ஆனால் நிலம் என்ன கொட்டியா கிடக்கிறது?’ என்று வாதத்தைத் தொடங்குவார் என்ரிக்.

‘அப்படியானால் என்ன செய்யச் சொல்கிறாய் அவர்களை?’

‘பயிரிடும் நிலங்களை விவசாயிகளுக்கு வழங்கலாம். ஆனால் சும்மா கொடுத்துவிட முடியாது. அவர்கள் மீது வரி விதிக்கவேண்டும். நிலம் வாங்குவதற்கான தொகையை அவர்களுக்குக் கடனாக வழங்க வேண்டும். பிறகு, தவணை முறையில் அதனைத் திரும்பப் பெற்றுக் கொள்ள வேண்டும்.’

‘ச்சே! என்னவொரு மோசமான யோசனை. அவர்கள் ஏழை என்று சொல்கிறேன். பிறகு எப்படி அவர்களால் கடனை அடைக்க முடியும்? கொஞ்சமாவது யோசிக்க வேண்டாமா? உழைப்பவர்களுக்கு நிலம் இல்லை என்பது எத்தனை வேதனையான விஷயம். மற்றவர்களைப் போல் விட்டோத்தியாகத்தான் நீயும் பேசுகிறாய்.’

‘எதற்கு இப்படிக் கத்துகிறாய்? சும்மா நிலத்தைக் கொடுத்தால் அது ஒட்டாது. அதை வைத்து என்ன செய்வது என்றுகூட அவர்களுக்குத் தெரியாது. பாழடித்துவிடுவார்கள்.’

‘போதும், இனி நீ எதுவும் பேச வேண்டாம்.’

‘உடனே உனக்குக் கோபம் வந்துவிடுமே! நீ சொல்வது போல் இலவசமாக நிலங்களை வழங்கினால், அமெரிக்கா சும்மா இருக்குமா? இதுபோன்ற விஷயங்களைக் கண்டாலே அவர்களுக்கு ஆகாது. இது உனக்குத் தெரியாதா?’

‘ஓ. நீ சொல்வது இப்போதுதான் எனக்குப் புரிகிறது. அமெரிக்காவுக்குப் பயந்து அவர்களது முதுகுக்குப் பின்னால் வேலை செய்யச் சொல்கிறாய். சரிதானே? எத்தனை அசிங்கமான நபர் நீ! யாருடைய முதுகுக்குப் பின்னாலும் புரட்சியை நடத்த முடியாது. ஏகாதிபத்தியத்தை எதிர்க்க வேண்டுமானால் அதற்காக உயிரை விடவும் தயாராக இருக்க வேண்டும். அப்பொழுதுதான் புரட்சி வெற்றி பெறும்.’

●

‘என்னைக் காப்பாற்றுங்கள்! என்னைக் காப்பாற்றுங்கள்!’

திடீரென்று தனது கூடாரத்துக்குள் ஓடி வந்த அந்தப் பெண்ணைத் திகைப்புடன் பார்த்தார் சே. வயது இருபதுக்குள் இருக்கலாம். பார்த்தவுடனே வசீகரித்துவிடும் கொள்ளை அழகு. குழந்தைத்தனமான கண்கள். ஆனால், அவளது முகத்தை அப்போதைக்கு ஆக்கிரமித்துக் கொண்டிருந்தது கலக்கமும் பீதியும்தான்.

‘நீ யார்? எதற்காக இப்படி அரக்கப் பரக்க ஓடிவருகிறாய்?’

‘என்னைச் சிலர் துரத்தி வருகிறார்கள். ரொம்பவும் பயமாக இருக்கிறது.’

‘பயப்பட வேண்டாம். இங்கிருந்து யாரும் உன்னைப் பலவந்தமாக இழுத்துச் செல்ல முடியாது. அது சரி, யார் அவர்கள்?’

‘போலீஸ்காரர்கள்.’

‘இந்த லட்சணத்தில்தான் க்யூபாவின் போலீஸ்காரர்கள் இருக்கிறார்கள். என்ன ஓர் அவலம். புரட்சிக்குழு வெற்றிப் பெற்றால்தான் எல்லா வற்றுக்கும் ஒரு விடிவு காலம் பிறக்கும்.’

தன்னை ஆசுவாசப்படுத்திக் கொண்ட அந்தப் பெண் தயக்கத்துடன் சேவைப் பார்த்துக் கேட்டாள்.

‘அதென்ன, புரட்சிக் குழு?’

‘உட்கார். சொல்கிறேன்.’

கிரான்மா பயணம் தொடங்கி, நடைபெற்றுக் கொண்டிருக்கும் லாஸ் வில்லாஸ் போராட்டம் வரை அத்தனை விஷயங்களையும் உற்சாகத்துடன் சொல்லி முடித்தார் சே. சே பேசி முடிக்கும் வரைக் காத்திருந்த அந்தப் பெண், தீர்க்கமான பார்வையுடன் சேவை நிமிர்ந்துப் பார்த்தார்.

‘என்னையும் உங்கள் இயக்கத்தில் இணைத்துக் கொள்வீர்களா?’

‘நிச்சயம்.’

மிகுந்த உற்சாகத்துடன் சேவின் புரட்சிக்குழுவில் இணைந்த அந்தப் பெண் அலெய்டா மார்ச்.

அலெய்டா விடை பெற்றுச் சென்ற பிறகும், நீண்ட நேரம் அவளைப் பற்றியே சிந்தித்துக் கொண்டிருந்தார் சே. கிரான்மா பயணம் தொடங்கிய நாள் முதலாக அவரது சிந்தனைகள் துப்பாக்கி, தாக்குதல், போர் என்று சதா போராட்டத்தையே சுற்றிச் சுற்றி வந்து கொண்டிருந்தன. ஓய்வே கிடையாது. இரவு உறங்கும்போதுகூட, துப்பாக்கியைக் கட்டியணைத்துக் கொண்டுதான் உறங்க வேண்டும். நொடிப் பொழுதுகூட அசட்டையாகக் கண் அயர முடியாது.

எந்நேரமும், சுற்றி அலைந்து கெண்டிருந்ததில் நிறையவே மெலிந்து போயிருந்தார் சே. முகத்தில் முள்தாடி. சாதாரண நாள்களிலேயே கேட்க வேண்டாம். இப்போது அவர் இருப்பதோ போர்முனையில். தாடி புதர் போல் வளர்ந்து நின்றது.

விஷயம் அதுவல்ல. ஒரு வித இறுக்கமான சூழலில் வேறு எதைப் பற்றியும் சிந்திக்காது இருந்த சேவை முதல் முறையாகக் கலைத்துப் போட்டார் அலெய்டா. இவர் யார், எங்கிருக்கிறார், என்ன செய்கிறார் எதுவுமே அவருக்குத் தெரியாது. பெயர் கூட பின்னால் தெரிந்து கொண்டதுதான். ஹில்டாவைப் பற்றிக்கூட அதிகம் சிந்திக்க அவருக்கு நேரமில்லை என்றால், அலெய்டாவைப் பார்த்ததும் ஒரு பொறி உண்டானது எதனால்?

கூடாரத்தைவிட்டு வெளியே நடந்து வந்த சே, வானத்தை அண்ணாந்துப் பார்த்தார். நட்சத்திரங்கள் மின்னிக் கொண்டு இருந்தன.

'இந்த அலெய்டா யாரையோ நினைவூட்டுகிறார். ஆனால் யாரை?'

குளிர்ந்த காற்று முகத்தில் அறைந்தது. யோசித்துக் கொண்டே சிறிது நேரம் நடந்து கொண்டிருந்தார். திடீரென்று மின்னல் போல் ஒரு நினைவு வெட்டு.

'சின்சினா! ஆம். அலெய்டா அசப்பில் சின்சினாவைப் போலத்தான் இருக்கிறாள்.'

டிசம்பர் 21. காபைகுவான் என்னும் பகுதியில் தொன்னூறு ராணுவத்தினர் சிறைப்பிடிக்கப்பட்டனர். ஏராளமான துப்பாக்கிகளும் பிற ஆயுதங்களும் கைப்பற்றப்பட்டன. அடுத்து ப்ளாஸிடாஸ் பகுதி சுற்றி வளைக்கப்பட்டது. பாடிஸ்டாவிடம் ஒட்டிக் கொண்டிருந்த கொஞ்சநஞ்ச நம்பிக்கையும் சிதைந்துப் போனது. தன்னுடைய முயற்சிகள் தோல்வியடைந்து விட்டன என்று முதல் முறையாக அவர் புரிந்துகொண்டார். பாடிஸ்டாவின் வீழ்ச்சி தொடங்கியது இந்தக் கட்டத்தில்தான்.

பாடிஸ்டா நம்பிக்கை இழப்பதற்கு முன்பே, ராணுவத்தினர் சோர்ந்து விழுந்துவிட்டனர். அவர்களது போராட்டக் குணம் மழுங்கிக் கொண்டே வந்தது. தொடக்கத்தில் காட்டிய எதிர்ப்பைக்கூட அவர்கள் இப்போது காட்டவில்லை. தாமாகவே முன்வந்து, குவியல் குவியலாகச் சரணடைந்தனர். அவர்களுக்குச் சாதகமான நிலைமை ஏற்பட்டபோதுகூட, அவர்களால் எதிர்க்க முடியவில்லை. எதிர்க்கத் திராணியில்லை, விருப்பமும் இல்லை.

புரட்சியாளர்களோ ஒவ்வொரு நாளும் உற்சாகத்துடன் போரிட்டுக் கொண்டிருந்தனர். தன்னுடைய அடுத்த இலக்காகச் சே தேர்ந் தெடுத்தது, லாஸ் வில்லாஸின் தலைநகர் ஸான்டா க்ளாரா. இதுவரை அடைந்த வெற்றிகள் சேவின் நம்பிக்கையை அகலப்படுத்தியிருந்தன. ஏதோ பயணத்துக்குத் தயார் ஆவதைப் போல் படைகளைத்

தயார்ப்படுத்தினார். எங்கிருந்து எப்படித் தாக்குதலைத் தொடர வேண்டும் என்று துல்லியமாகத் திட்டமிட்டுக் கொண்டார்.

தாக்குதல் தொடங்கியது. அவருடன் இருந்த படைவீரர்களின் எண்ணிக்கை முந்நூறு. அவர் எதிர்த்து நிற்க வேண்டிய ராணுவத்தினரோ 2500 பேர். சந்தேகமேயில்லாமல் பிரும்மாண்டமான பலம். அதாவது, மேலோட்டமாகப் பார்க்கும்போது. ஆனால் உண்மையில் உளவியல் ரீதியாக ஆராய்ந்தால், அந்த 2500 சொச்ச ராணுவ வீரர்களும் உள்ளுக்குள் மிகவும் பலவீனமாக இருந்ததைக் கண்டுக்கொள்ளலாம். சேவுக்கு இது தெரிந்திருந்தது. அதனால் மிகுந்த தைரியத்துடன், நம்பிக்கையுடன் தாக்குதலைத் தொடங்கினார். ஆரம்பித்தால் போதும், சீட்டுக்கட்டைப்போல் ஒட்டுமொத்த படையும் நொடியில் சிதறிவிடும் என்று அவர் கணக்குப் போட்டிருந்தார். அப்படித்தான் நடந்தது.

டிசம்பர் 28. ஸாண்டா க்ளாராவிற்குள் நுழைந்தார் சே. கூடவே அவரது படைவீரர்களும் தனித்தனிக் குழுக்களாகப் பின்தொடர்ந்தனர். நேராகப் பல்கலைக்கழகத்தை அடைந்தார்கள். அடுத்து, வானொலி நிலையத்தைக் கைப்பற்றினர். சே எதிர்பார்த்ததைவிட, எதிர்ப்பு குறைவுதான். எதிர்க்க வேண்டுமே என்பதற்காகச் சில ராணுவத்தினர் எதிர்த்தனர். அவர்களும் வெகு சீக்கிரத்தில் முறியடிக்கப்பட்டனர்.

உண்மையிலேயே புரட்சியாளர்களை எதிர்க்க வேண்டும் என்று விரும்பிய ராணுவத்தினருக்கு, அரசாங்கத்திடமிருந்து போதிய உதவி கிடைக்கவில்லை. கூடுதலாகப் படைகளை அனுப்புங்கள் என்று திரும்பத் திரும்பக் கேட்டுக் கொண்ட போதிலும் அதை யாரும் பொருட்படுத்தவில்லை. ஹவானாவில் மயான அமைதி. சே சிறிது சிறிதாக நகரத்துக்குள் ஊடுருவினார். வழி நெடுக, மக்களைச் சந்தித்து அவர்களையும் போராட்டத்தில் இணைத்துக் கொண்டார்.

'எஞ்சியிருப்பது ஹவானா மட்டுமே. உடனடியாக அங்குச் செல்லவும்' என்று காஸ்ட்ரோ, சேவைக் கேட்டுக் கொண்டார். க்யூபாவின் இதயப் பகுதியான ஹவானாவை நோக்கி சே முன்னேறினார். அதேசமயம், காஸ்ட்ரோ ஸாண்டியாகோவைக் கைப்பற்றும் முயற்சியைத் தொடங்கியிருந்தார். ஸாண்டியாகோ கைப்பற்றியவுடன் சே, லா கபானா என்னும் ராணுவக் கோட்டையைக் கைப்பற்ற வேண்டும். இரண்டும் அடுத்தடுத்து நிகழ வேண்டும்.

அப்படித்தான் நிகழ்ந்தது. ஹவானா புரட்சியாளர்களிடம் வீழ்ந்தது. மக்கள் ஆரவாரத்துடன் சேவையும் புரட்சிக் குழுவினரையும் வரவேற்றனர். அவர் போகும் இடமெல்லாம் மக்கள் ஆவலுடன் திரண்டார்கள். அவ்வப்போது ஜீப்பை நிறுத்தி அவர்களிடம்

உரையாடிக் கொண்டே வந்தார் சே. சேவிடம் கேட்பதற்கு அவர்களிடம் பல விஷயங்கள் இருந்தன.

'நாங்கள் எதிர்பார்த்ததைப் போலவே புரட்சிக்குழு வெற்றி பெற்று விட்டது, இனி எங்கள் வாழ்க்கை நிலை மாறிவிடும்தானே?'

'நிச்சயமாக.'

சேவிடம் தென்பட்ட உற்சாகம், மக்களையும் சீக்கிரத்தில் தொற்றிக் கொண்டது. வெட்கம் கலந்த புன்னகையுடன் சே அவர்களுக்குக் கையசைத்தார். தம்முடன் இணைந்துப் போராடிய மக்களுக்கு நெகிழ்ச்சியுடன் நன்றி கூறினார்.

ஜனவரி 7. காஸ்ட்ரோ ஹவானாவை நோக்கி முன்னேறிக் கொண்டிருந்தார். அவரை வரவேற்கும் பொருட்டு சே, மற்றொரு மூலையிலிருந்து தலைநகருக்குள் நுழைந்துக் கொண்டிருந்தார். போர்க்களத்திலிருந்து அப்படியே நேராக நகருக்குள் நுழைந்ததால், அவரது உடைகள் கசங்கிப் போயிருந்தன. முகத்தில் புதர் போல் தாடி மண்டிக் கிடந்தது. களைப்பும் சோர்வும் அவரை அழுத்திக் கொண்டிருந்தன. இவை எல்லாவற்றையும் தாண்டி சே நிறைவுடன் புன்னகைத்துக் கொண்டிருந்தார். அவருடன் அலெய்டாவும் காணப்பட்டார். சமீபத்திய தாக்குதல்கள் அனைத்திலும் அலெய்டா சேவுடன் இருந்தார் என்பது குறிப்பிடத்தக்கது.

காஸ்ட்ரோவைக் காண வேண்டும் என்னும் குறுகுறுப்பை சேவால் அடக்கிக் கொள்ள முடியவில்லை. கடைசியாக அவர் காஸ்ட்ரோவைச் சந்தித்தது ஆகஸ்ட் மாதத்தில்தான்.

பெருத்த ஆரவாரத்துக்கு இடையே ஃபிடல் காஸ்ட்ரோ ஹவானாவுக்குள் நுழைந்தார். பல மாத தாடியுடன் ஆவல் பொங்க நின்றிருந்த சேவைப் பார்த்ததும் அவர் முகம் மலர்ந்தது. இருவரும் கட்டித் தழுவிக் கொண்டனர்.

'எத்தனை அற்புதமான வெற்றி இது' என்றார் சே.

6. புரட்சிக்குப் பிறகு

பத்திரிகையாளர்கள் காஸ்ட்ரோவைச் சூழ்ந்து கொண்டனர்.

'இத்தனைச் சிறிய வயதில் இந்த மகத்தான வெற்றியை அடைந்திருக்கிறீர்கள். இப்போது எப்படி உணர்கிறீர்கள்? உங்களுக்குப் பயமாக இருக்கிறதா?'

மக்கள் உற்சாகத்துடன் ஓயாமல் கத்திக் கொண்டிருந்த தால் காஸ்ட்ரோவுக்கு அந்தப் பத்திரிக்கையாளரின் கேள்வி சரியாகக் கேட்கவில்லை. மற்றொருமுறை, அவரைக் கேட்கச் சொல்லிய பிறகு, உரத்தக் குரலில் பதிலளித்தார்.

'இல்லை. எனக்கு எந்தவித பயமும் கிடையாது. நான் எதற்காகப் பயப்பட வேண்டும்? என்னிடம் போதிய தன்னம்பிக்கை இருக்கிறது. ஆனால் ஒரு விஷயத்தை ஒப்புக் கொள்கிறேன். இந்த மகத்தான வெற்றியின் காரணமாக முதல் முறையாக எனக்குச் சிறிது பயம் ஏற்பட்டிருக்கிறது.'

அந்த நிருபர் தொடர்ந்தார். 'பயம் கிடையாது, ஆனால் சிறிது கவலை மட்டும் இருக்கிறது. சரிதானே?'

'ம், சரிதான்' என்றார் காஸ்ட்ரோ.

புரட்சிப்படைகள் வெற்றிகரமாக ஹவானாவுக்குள் நுழையும்பொழுதே பாடிஸ்டா தனது மூட்டை, முடிச்சுகளை கட்டத் தொடங்கிவிட்டார். ஹவானாவி லிருந்து தப்பி ஓடுவதற்கு முன்பு காண்டில்லோ என்பவரைப் பெயரளவில் குடியரசுத் தலைவராக

நியமித்தார். பிறகு ஒரு நிமிடமும் தாமதிக்காமல் அமெரிக்காவுக்கு ஓடிவிட்டார். காஸ்ட்ரோவும் சேவும் கைகோத்துக் கொண்டு ஹவானா வைக் கைப்பற்றிவிட்டார்கள் என்ற செய்தியைக் கேட்டு அலறிய அந்த கண்டில்லோ, வேறொரு நபரைத் தேடிப் பிடித்து அவரிடம் ஆட்சிப் பொறுப்பை ஒப்படைத்துவிட்டு, அவரும் ஓடிவிட்டார்.

•

'ஃபிடல், எனக்கு உடனடியாக ஓர் உதவி செய்யுங்கள்.'

'என்ன உதவி சே?'

'தாங்க முடியாத சோர்வால் நான் துவண்டு போயிருக்கிறேன். இந்தப் பயணம் முழுவதும் ஆஸ்த்மா என்னை விடாமல் படுத்தி எடுத்து விட்டது. எனக்குச் சிறிது ஓய்வு தேவை.'

க்யூபாவிலிருந்து இருபது கிலோ மீட்டர் தொலைவிலுள்ள டாரரா என்னும் கிராமத்தில் இருந்த ஒரு வீடு, சேவுக்காக ஒதுக்கித் தரப்பட்டது. ஜனவரி 17 அன்று அந்த வீட்டுக்குள் நுழைந்தவர், மே மாதம் வரை அங்கேயே தங்கிவிட்டார். புதிய அரசாங்கத்தை காஸ்ட்ரோ ஏற்படுத்திக் கொண்டிருந்த அதே சமயம், சே கிட்டத்தட்ட படுத்த படுக்கையாக முடங்கிக் கிடந்தார். சே மீதான விமரிசனங்களும் மாறுபட்ட கண்ணோட்டங்களும் தோன்ற ஆரம்பித்ததும் அப்போது தான்.

சே ஓய்வெடுக்க டாராராவுக்குச் சென்றது ஒரு சிலரிடையே பல கேள்விகளை எழுப்பியது. 'எல்லாம் கிடக்க இவர் ஏன் திடுதிடுப் பென்று ஓய்வு எடுக்க வேண்டும்? ஒரு சொகுசான பங்களா ஏன் இவருக்காக ஒதுக்கித் தரப்பட வேண்டும்? இவர் என்ன அத்தனை முக்கியமானவரா? இவர் மட்டும்தான் முக்கியமானவரா?' இத்தனைக் கேள்விகளையும் கேட்டுவிட்டு, முத்தாய்ப்பாக ஒரு விமரிசனத்தையும் வைத்தனர். 'என்னதான் இருந்தாலும் காஸ்ட்ரோ இவருக்கு மட்டும் இத்தனை செல்லம் கொடுக்கக் கூடாது!'

சே அவர்களுக்குத் தனது பதிலை சுடச்சுட அளித்தார்.

'நான் நோய்வாய்ப்பட்டிருக்கிறேன், சூதாட்ட விடுதிகளிலோ அல்லது காபரே நடனங்களிலோ இரவுகளைக் கழித்ததால் எனக்கு இந்த நோய் வரவில்லை. புரட்சிக்காக, என்னுடைய உடலால் தாங்கிக் கொள்ள முடிவதைக் காட்டிலும் அதிகமாக உழைத்ததால்தான் வந்தது.'

உண்மையில், ஓய்வெடுப்பது என்றாலே சேவுக்கு வேப்பங்காய்தான். வியர்வைச் சொட்டச் சொட்ட வேலை செய்யச் சொன்னால் செய்வார்;

காடுகளில் மலைகளில் ஏறச் சொன்னால் ஏறுவார்; போர் முனையில் நிற்க வேண்டும் என்றால் நிற்பார். ஆனால் போர்வையை போர்த்திக் கொண்டு உறங்கச் சொன்னால் முகத்தைச் சுளித்துக் கொள்வார். ஆனால் இந்த முறை அவருக்கு வேறு வழி தெரியவில்லை.

ஓய்வு வேண்டும் என்று கேட்டுவிட்டாரே தவிர, உருப்படியாக ஓய்வெடுக்கவும் அவருக்குத் தெரியவில்லை. போர்வையை இழுத்துப் போர்த்திக் கொண்டு தூங்கவில்லை அவர். பெயருக்குத்தான் ஓய்வு. பெயருக்குத்தான் அது தனி வீடு. மற்றபடி, சே அங்கிருந்தபடி பணியாற்றிக் கொண்டுதான் இருந்தார். என்ன இந்தமுறை துப்பாக்கிக்குப் பதிலாக ஆவணங்கள். அவ்வளவுதான் வித்தியாசம். க்யூப அரசியல் கட்டமைப்பில் பல புதிய மாற்றங்கள் மலர்ந்தபோது, அதன் பின்னால் இருந்தவர் சே என்பது பலருக்குத் தெரியாது.

காஸ்ட்ரோவின் ஒப்புதலின் பேரில், தான் தங்கியிருந்த வீட்டில் இருந்தே சில பணிகளைச் செய்ய ஆரம்பித்தார். அரசாங்க ஆவணங்களைப் பார்க்க ஆரம்பித்தார். நண்பர்களை டராராவுக்கு அழைத்து, அவர்களுடன் விவாதித்தார். அரசாங்கம் செயல்படுத்த வேண்டிய முக்கியத் திட்டங்கள் குறித்த தனது கருத்துக்களை அவர்களுடன் பகிர்ந்து கொண்டார். நாளடைவில் சே தங்கியிருந்த வீடு, அரசாங்க அலுவலகமாக மாறியது.

'இப்போதாவது ஓய்வு எடுத்துக் கொள்ளக் கூடாதா?' என்பார்கள் நண்பர்கள்.

'ஓய்வு எடுப்பதற்கு இதுவா நேரம்? செய்ய வேண்டிய வேலைகள் இன்னமும் எவ்வளவோ இருக்கின்றன.'

சே தனது அரசியல் நூல்களை எழுதத் தொடங்கியது இந்தக் கால கட்டத்தில்தான். க்யூபாவின் அரசியல் உள்விவகாரங்களில் சே மிகுந்த ஆர்வத்துடன் பங்கெடுத்துக் கொள்ள ஆரம்பித்ததும் இந்தத் தருணத்தி லிருந்துதான்.

க்யூபா மாறிக் கொண்டிருந்தது. இதுவரை க்யூபாவுக்குப் பரிச்சய மில்லாத ஒரு காரியத்தைச் செய்தார் காஸ்ட்ரோ. அரசாங்கத்தையும் மக்களையும் ஒரே கோட்டில் கொண்டுவந்து நிறுத்தினார். அரசாங்கம், மக்களுக்காகத்தான் என்று புரியவைத்தார். மக்களிடம் பேசினார். 'இனி க்யூபாவில் யாரும் ரத்தம் சிந்தத் தேவையில்லை. அதற்கான அவசியமும் இல்லை. இது மக்களுடைய புரட்சி. வெற்றி பெற்றிருப்பது மக்கள்.'

செய்வதற்கு நிறைய வேலைகள் இருந்தன. உடனடித் தேவை, நீண்டகால தேவை என்று ஒவ்வொன்றாகப் பட்டியல் போடத்

தொடங்கினார் காஸ்ட்ரோ. மருத்துவம், கல்வி, வேலை வாய்ப்பு, பொருளாதாரம், பாதுகாப்பு எல்லாமே தாறுமாறாகக் கிடந்தன. ஒவ்வொன்றையும் பார்த்துப் பார்த்துச் சரிசெய்தாக வேண்டும். பலமான ஓர் அரசாங்கம் அமைக்கப்பட்டால்தான், எல்லாம் சாத்தியப்படும்.

புரட்சிக்குழுவுக்கு அடுத்தபடியாக, க்யூபாவில் அப்போது செல்வாக்குப் பெற்றிருந்த அமைப்பு, கம்யூனிஸ்ட் கட்சி. அவர்களுடன் கூட்டுச் சேர்ந்துவிட வேண்டும் என்பது புரட்சியாளர்களின் விருப்பம். ரால் காஸ்ட்ரோ, சே குவேரா இருவரின் விருப்பமும் அதுதான். ஆனால் கம்யூனிஸ்ட் கட்சியோ காஸ்ட்ரோவின் புதிய அரசை அங்கீகரிக்கவில்லை. இத்தனைக்கும் கம்யூனிஸ்ட் கட்சியின் உறுப்பினர்கள் பலர் காஸ்ட்ரோவுக்கு நன்று பரிச்சயமானவர்களே.

காஸ்ட்ரோ யோசித்தார். கம்யூனிஸ்ட் கட்சியுடன் இணைவதில் அவருக்கு எந்தவித தயக்கமும் கிடையாது. தலைமை சரியில்லை என்பதற்காக, ஒட்டுமொத்த கட்சியையும் நிராகரித்துவிடுவதில் அவருக்கு விருப்பமில்லை. பேசிப் பார்த்தார். காஸ்ட்ரோவின் புதிய அரசாங்கத்துடன் இணைவதில் அவர்களுக்கு எந்தவிதத் தடையும் இல்லை. ஒன்றைத் தவிர.

'உங்களது புரட்சிக்குழு வெற்றிப் பெற்றதில் மகிழ்ச்சி. ஆனால் உங்களிடம் ஒரு குறை உள்ளது. அதனால்தான் உங்களோடு இணைவது குறித்து எங்கள் தலைமை இதுவரை முடிவு செய்யவில்லை!' என்றார்கள் வழக்கம் போல்.

'எதுவாக இருந்தாலும் தயங்காமல் சொல்லுங்கள்!' என்றார் காஸ்ட்ரோ.

'இந்த நிமிடம் வரை நீங்கள் உங்களை ஒரு கம்யூனிஸ்டாக அடையாளப் படுத்திக் கொள்ளவில்லை. உங்களது போராட்டம் மார்க்சிய-லெனினியப் பாதையிலான போராட்டம் என்று அறிவிக்கவுமில்லை!'

காஸ்ட்ரோ பொறுமையுடன் பதிலளித்தார்.

'உங்களது கேள்வி, மிக நியாயமானதே. இது ஒரு கம்யூனிஸ்ட் போராட்டம் என்று நான் முன்னரே அறிவித்திருப்பேன். சியர்ரா மியஸ்த்ராவிலேயே அறிவித்திருப்பேன். அல்லது நகருக்குள் நுழைந்த மறுகணமே அறிவித்திருப்பேன். ஆனால் அவ்வாறு நான் பிரகடனப் படுத்தியிருந்தால், எந்த அளவுக்கு மக்கள் நம் பக்கம் சாய்ந்திருப் பார்கள்? புரட்சிப்படைக்கு இப்படி ஒரு வரவேற்பை அளித்திருப் பார்களா? இணைந்துப் போராடி இருப்பார்களா? உண்மையில், கம்யூனிஸம் என்ற சொல்லைக் கேட்டு பயப்படுபவர்கள்தான் இங்கு அதிகம். அது மட்டுமல்ல, ஒருவேளை நாம் கம்யூனிஸ்ட் என்று தெரிந்

திருந்தால், அமெரிக்கா நம்மை முழுவீச்சோடு எதிர்க்க முன்வராதா? ஏகாதிபத்திய சக்திகள் ஒன்றிணைந்துவிட்டால் அவர்களை எதிர்ப்பதற் கான பலம் நம்மிடம் இருக்கவேண்டும் அல்லவா?'

காஸ்ட்ரோவின் வாதத்திலுள்ள உண்மையை ஒப்புக் கொள்வதைத் தவிர, அவர்களுக்கு வேறு வழி தெரியவில்லை. இந்தப் பிரச்னைக்கு காஸ்ட்ரோ அளித்தத் தீர்வு, அவர்களைத் திகைக்க வைத்தது.

'நாம் முதலில் மக்களுக்கு கம்யூனிஸம் என்றால் என்ன, மார்க்சியம் என்றால் என்ன, லெனினிசம் என்றால் என்ன என்று கற்றுத்தர வேண்டும். ஆனால் நாம் கற்றுக் கொடுப்பது கம்யூனிஸம், மார்க்சியம், லெனினிசம் என்று அவர்களுக்குத் தெரியக்கூடாது!'

சே குவேராவுக்கு இந்த யோசனைப் பிடித்துப் போனது. 'எனக்குத் தெரிந்த விஷயங்களைக் கற்றுக் கொடுக்க நான் தயார்' என்றார் சே.

உடனடியாகப் பயிற்சிப் பள்ளி தொடங்கப்பட்டது. வரலாற்றுப் பொருள்முதல்வாதம், வர்க்கப் போராட்டம், ஏகாதிபத்திய எதிர்ப்பு, காலனியாதிக்கம் போன்ற சித்தாந்தப் பதங்களைப் பயன்படுத்தாமல், அவர்களுக்குப் புரியும்படியாகப் பாடங்கள் கற்பிக்கப்பட்டன. விவாதங்கள், கருத்தரங்குகள் நடத்தப்பட்டன. சந்தேகங்கள் தீர்த்து வைக்கப்பட்டன. காஸ்ட்ரோ, சே குவேரா மற்றும் சிலர் ஆசிரியர்களாக மாறினர். க்யூபாவை வளர்க்க வேண்டிய உந்துசக்தி, மார்க்சியம்தான் என்பதில் காஸ்ட்ரோ தெளிவுடன் இருந்தார். அதேசமயம் இன்னபிற துறைகளைப் பற்றிய அறிவும் தெளிவும் தேவை என்பதில் அவர் குறியாக இருந்தார்.

•

க்யூபாவின் பொருளாதாரம் வேக வேகமாகச் சரிந்து கொண்டு இருந் தது. சர்க்கரை மட்டும் இல்லாமல் போயிருந்தால், நிலைமை என்ன வாகியிருக்கும் என்று ஒருவராலும் யூகிக்க முடியாது. ஏற்றுமதி என்று எடுத்துக் கொண்டால், நாட்டின் என்பது சதவிகித ஏற்றுமதி சர்க்கரை தான். அடுத்து என்ன செய்யவேண்டும் என்பதில் சே தெளிவாக இருந்தார். திடீரென்று பிரும்மாண்டமான தொழிற்சாலைகளைக் கட்ட முடியாது. தெரியாத, புரியாதத் துறைகளில் மூக்கை நுழைக்க முடியாது. கையில் உள்ளதை வைத்துத்தான் பொருளாதாரத்தை கட்டமைக்க முடியும். அப்படிச் செய்வதுதான் சரியானதும் கூட.

சேவின் இலக்கு, விவசாய சீர்திருத்தம். குறைவான முதலீட்டில் அதிக லாபம் கிடைக்க வேண்டுமானால், கரும்புகள் அத்தியாவசியம். பாடிஸ்டாவின் ஆட்சியிலும் இதே கரும்புகள்தான் விளைந்தன.

ஆனாலும், பொருளாதார முன்னேற்றம் ஏற்படவில்லை. ஏன்? காரணம் கரும்புத் தோட்டங்கள், விவசாயிகளின் கையில் இல்லை. உழைப்பவர்களிடம் நிலம் இல்லை. கூலி மட்டுமே அவர்களுக்குக் கொடுக்கப்படும். பெரும் பண்ணையாளர்களும் அமெரிக்க நிறுவனங்களும் போட்டிப் போட்டுக் கொண்டு நிலங்களை ஆக்கிரமித்துக் கொண்டிருந்தனர். இவர்கள் அரசாங்கத்துக்கு மிகவும் வேண்டியவர்களாக இருந்ததால், முறைப்படி எந்தவிதமான வரியும் இவர்களிடமிருந்து கிடைக்காது. சே யோசித்தார். கரும்புகளின் மூலம் கிடைக்கும் வருமானம், அரசாங்கத்தை வந்தடைய வேண்டுமானால் இந்த பெரு முதலாளிகளையும் அமெரிக்க நிறுவனங்களையும் விரட்டியடிக்க வேண்டும்.

சேவின் யோசனையைக் கேட்டவுடனே அவரது நண்பர்கள் தங்களது அச்சத்தை வெளிப்படுத்தினர்.

'நீங்கள் சொல்வது சரிதான். ஆனால், இவர்களை எப்படி அப்புறப்படுத்துவது?'

'அவர்களாகப் போக மாட்டார்கள். விலகிக் கொள்ளுங்கள் என்று நாம்தான் அவர்களிடம் சொல்ல வேண்டும்.'

'இத்தனை ஆண்டுகள் இருந்து சுகங்களை அனுபவித்தவர்கள். போ என்றால் போய்விடுவார்களா?'

'போக வேண்டும்.'

'போக மறுத்தால்?'

'வெளியேற்றி விட வேண்டியதுதான். தேவைப்பட்டால், பலவந்தமாக.'

தனது திட்டங்களை அடுத்தடுத்து உற்சாகமாக விவரிக்கத் தொடங்கினார் சே.

'கரும்பு உற்பத்தியை உடனடியாகப் பெருக்க வேண்டும். சிறு நிலங்கள் வைத்திருப்பவர்களுக்கு அந்த நிலங்கள் சொந்தமாக வேண்டும். சும்மா கிடக்கும் தரிசு நிலங்களைப் பயன்படுத்திக் கொள்ளும்படி, மக்களை ஊக்கப்படுத்த வேண்டும்.'

சேவின் அடுத்த கட்ட நடவடிக்கை, இறக்குமதியைக் குறைத்துக் கொண்டது. குறிப்பாக, தானியங்கள் பெரிய அளவில் இறக்குமதி செய்யப்படுவதைத் தவிர்க்கும்படி அவர் கேட்டுக் கொண்டார். மாறாக, அந்த தானியங்களை க்யூபாவிலேயே விளைவிக்கலாம் என்றார்.

நிலச்சீர்திருத்தம் தொடங்கப்பட்டது.

சேவின் கனவை காஸ்ட்ரோ நிறைவேற்றிக் காட்டினார். அமெரிக்காவைத் துல்லியமாகக் குறிவைத்துத் தாக்கினார். மே 1959-ம் ஆண்டு, அமெரிக்க சர்க்கரை ஆலைகளுக்குச் சொந்தமான லட்சக்கணக்கான ஏக்கர் நிலத்தைப் பறிமுதல் செய்தார். மிக முக்கியமாக யுனைடெட் ஃப்ரூட் நிறுவனத்துக்குச் சொந்தமான நிலங்கள் பிடுங்கப்பட்டன. சே குவேராவுக்குக் கொள்ளை ஆனந்தம். லத்தீன் அமெரிக்காவையே ஆட்டிப் படைத்துக் கொண்டிருக்கும் யுனைடெட் ஃப்ரூட்டின் கொட்டத்தை, சிறிதளவுக்காவது அடக்க முடிந்ததில் அவருக்குப் பரம திருப்தி.

யுனைடெட் ஃப்ரூட் என்றில்லை. எந்தவொரு அமெரிக்க நிறுவனமும் நியாயமான தொகையைச் செலுத்தி நிலத்தை முறைப்படி வாங்கிக் கொண்டதில்லை. எல்லாமே அடிமாட்டு விலையில் ஏமாற்றி வாங்கப் பட்டவை. 'நீங்கள் என்ன விலைகொடுத்து வாங்கினீர்களோ, அதனடிப் படையில் உங்களுக்கு நஷ்ட ஈடு அளிக்க ஏற்பாடு செய்கிறேன். உடனடியாக இடத்தைக் காலி செய்யுங்கள்' என்றார் சே.

இதன் தொடர்ச்சியாக, காஸ்ட்ரோ, அமெரிக்க எண்ணெய் நிலையங்கள், தொலைபேசி நிறுவனம், வங்கிகள் அனைத்தையும் அரசுடமையாக்கினார். கிட்டத்தட்ட 850 மில்லியன் டாலர் மதிப்புள்ள சொத்துக்கள் அரசுடைமையாக்கப்பட்டன.

அமெரிக்கா அலறியது. இதுவரை ஏகபோகமாக அவர்கள் அனுபவித்து வந்த நிலத்தை காஸ்ட்ரோவும் சேவும் திடீரென்று பறித்துக் கொண்டதை அவர்களால் ஜீரணித்துக் கொள்ள முடியவில்லை. இதுவரைத் தன் விருப்பத்துக்கு க்யூபர்களை ஆட்டிப் படைத்துக் கொண்டிருந்த அமெரிக்க நிறுவனங்கள் பெட்டியைத் தூக்கிக் கொண்டு வெளியேறின.

'நிலச்சீர்திருத்தத்தைத் தொடரவேண்டாம்!' என்று க்யூபாவை எச்சரித்தது அமெரிக்கா. ஆனால் காஸ்ட்ரோ அந்த எச்சரிக்கையைக் கண்டுகொள்ளவே இல்லை. தொடர்ந்து முன்னேறிய காஸ்ட்ரோ, ஓரியண்ட் மாகாணத்திலுள்ள எண்பதாயிரம் ஆயிரம் ஏக்கர் நிலத்தை நாட்டுடைமையாக்கினார். அமெரிக்கர்கள் நடத்தி வந்த உல்லாச விடுதிகளிலிருந்து பாதி வருமானம் அரசாங்கத்துக்கு வந்து சேர வேண்டும் என்று உத்தரவிட்டார். ஹவானா பல்கலைக்கழகத்தில் நிரம்பியிருந்த பாடிஸ்டாவின் ஆள்கள் விரட்டப்பட்டனர். தன் விருப்பத்துக்கு ஏற்றவாறு பணம் வசூலித்து வந்த மின்சாரத்துறை சீர்செய்யப்பட்டது.

சேவின் கனவு நிறைவேறியது. அரசுடைமையாக்கப்பட்ட நிலங்கள் விவசாயிகளுக்குப் பகிர்ந்தளிக்கப்பட்டன. இரண்டு லட்சம் மக்களுக்கு

நிலமும் வீடுகளும் கிடைத்தன. நில வாடகை பாதியாகக் குறைக்கப் பட்டது. ஏழை விவசாயிகள், வீடுகள் கட்டிக் கொள்ள ஊக்கப்படுத்தப் பட்டனர்.

அமெரிக்காவால் சற்றும் சகித்துக் கொள்ள முடியவில்லை. க்யூபா ஒரு கம்யூனிஸ்ட் நாடாக மாறி வருவதைக் கண்டு திடுக்கிட்டது. க்யூபாவி லிருந்த அமெரிக்கத் தூதரகம் இழுத்து மூடப்பட்டது. அமெரிக்கத் தூதர் திரும்பப் பெற்றுக் கொள்ளப்பட்டார்.

முதல் முறையாக அமெரிக்கா, ஃபிடல் காஸ்ட்ரோவையும் சே குவேரா வையும் உன்னிப்பாகக் கவனிக்கத் தொடங்கியது.

●

சேவை அழைத்துப் பேசினார் காஸ்ட்ரோ.

'அமெரிக்க நிறுவனங்களைக் காலி செய்தாகிவிட்டது. வேண்டிய மட்டும் அவர்களைச் சீண்டியாகிவிட்டது. இனி அமெரிக்கா சும்மா இருக்காது. நம்முடைய அடுத்த பணி ராணுவத்தைப் பலப்படுத்துவது தான்'.

'அந்தப் பொறுப்பை என்னிடம் ஒப்படைத்துவிடுங்கள், நான் பார்த்துக் கொள்கிறேன்' என்றார் சே.

ராணுவ வீரர்களில் பெரும்பாலானோர் விவசாயிகள். போதிய பயிற்சி அற்றவர்கள். கல்வியறிவும் கிடையாது. சொல்வதை செய்ய மட்டுமே அவர்கள் பழக்கி வைக்கப்பட்டிருந்தனர். இவர்களை முற்றிலுமாக மாற்ற வேண்டியது அவசியம். புதிய அரசாங்கத்தை நிறுவிவிட்டால் மட்டும் போதாது. எந்தவித அச்சுறுத்தலுக்கும் ஆளாகாமல் அரசாங்கம் இயங்க வேண்டுமானால், ராணுவம் தனது வேலையை உருப்படியாகச் செய்ய வேண்டும்.

ராணுவச் சீரமைப்புப் பணியை உடனடியாக முடக்கிவிட்டார் சே. ராணுவ வீரர்களை ஒன்று திரட்டி, அவர்களிடம் உரையாடினார். ராணுவத்திடமிருந்து அரசாங்கம் என்ன எதிர்பார்க்கிறது என்று அவர்களுக்குப் புரியவைத்தார். 'அசட்டையாக இருந்துவிடக் கூடாது, எப்போதும் போருக்கு ஆயத்தமாக இருக்க வேண்டும்' என்றார் சே. ராணுவ வீரர்களுக்குக் கல்வியறிவு, தொழில்நுட்ப அறிவு இரண்டும் அவசியம் என்றார். சொல்வதோடு நிறுத்திக் கொள்ளாமல், வேண்டியதைச் செய்தார். அவர்களுக்குத் தேவையான பாடத் திட்டங் களை வகுத்துக் கொடுத்தார். புரட்சிகரப் பள்ளிகள் உருவாக்கப் பட்டன. பயிற்சிக் கூட்டங்கள் நடத்தப்பட்டன.

ராணுவம் வெற்றிகரமாகச் சீரமைக்கப்பட்டது. பிறகு நடைபெற்ற ஒரு கூட்டத்தில், சே தெரிவித்த ஒரு கருத்து மிக முக்கியமானது.

●

'ராணுவத் தயாரிப்பிற்குச் செலவிடப்படும் உழைப்பு, வீணான உழைப்பு; அதில் கொட்டப்படும் மூலதனம், வீணான மூலதனம். துரதிர்ஷ்டவசமாக, நாம் அதைச் செய்தாக வேண்டியிருக்கிறது. ஏனெனில் வேறு சிலர் தங்களைத் தயார்ப்படுத்திக் கொண்டு இருக்கிறார்கள். ஆனால், ஒரு படைவீரன் என்கிற முறையில் மிக நேர்மையாகச் சொல்கிறேன், தேசிய வங்கியின் பெட்டகத்தில் இருந்து வெளியே செல்லும் பணத்தில் என்னை மிகவும் வேதனைப்படுத்தும் பணம், ஏதாவது ஓர் ஆயுதம் வாங்கப் பயன்படுத்தப்படும் பணம்தான்...'

●

ஹில்டாவின் அனுமதியுடன் சகபோராளியான அலெய்டா மார்ச்சை சே மணந்திருந்தார். நான்கு குழந்தைகளுக்கு அப்பாவாகவும் மாறியிருந்தார். க்யூப குடியுரிமையும் இவருக்கு முன்னரே வழங்கப் பட்டிருந்தது. தொழில் அமைச்சராகவும் இவர் பொறுப்பேற்றுக் கொண்டிருந்தார். பொருளாதாரத்தை மேம்படுத்த வேண்டும் என்று இவருக்கு வண்டி வண்டியாகக் கனவு இருந்தது.

கூடுதலாக, க்யூபாவின் வங்கித் தலைவராகவும் பொறுப்பேற்று இருந்தார். பணத்தாளில் சே என்று கையெழுத்திடும் அதிகாரம் இவருக்கு வழங்கப்பட்டிருந்தது. தொழில் அமைச்சர் பதவி அளிக்கப் பட்டது கூடப் பரவாயில்லை. வங்கித் தலைவராக அவர் பொறுப் பேற்றுக் கொண்டது எப்படி? இவர் என்ன பொருளாதார மேதையா? க்யூப மத்திய வங்கியின் தலைவர் என்பது லேசுபட்ட பதவியா? பிறகு எப்படி இவருக்கு இந்தப் பதவி வழங்கப்பட்டது?

ஒரு சாமானியனுக்கு எந்த அளவுக்குப் பொருளாதாரம் தெரியுமோ அந்த அளவுக்குத்தான் சேவுக்கும் பொருளாதாரம் தெரியும். மார்க்சியம், லெனினியம் தெரிந்த அளவுக்குக்கூட அவருக்குப் பொருளாதாரம் தெரிந்திருக்க வாய்ப்பில்லை. ஆனாலும் காஸ்ட்ரோ, சேவைத்தான் தலைவராகத் தேர்ந்தெடுத்தார். காரணம், அவருக்கு சேவிடம் இருந்ததைப் போன்ற நம்பிக்கை வேறு எவரிடமும் இல்லை.

பொருளாதாரத்தைக் கரைத்துக் குடித்தப் பலர், க்யூபாவில் இருந்தனர். ஆனால் அவர்களை நம்பி அத்தனைப் பெரிய பதவியை வழங்க, காஸ்ட்ரோவுக்கு மனமில்லை. அவசரப்பட்டு வேறு யாரையாவது நியமித்துவிட்டால், பிறகு நாடே குட்டிச்சுவராகிவிடும். தவிரவும்,

அமெரிக்காவுக்குப் பயப்படாத, அமெரிக்காவுக்கு விலை போகாத ஒரு நபர் அவருக்குத் தேவைப்பட்டார். சேவைத் தவிர, இதற்கு வேறு யார் தகுதியானவராக இருக்க முடியும்?

புதிய பதவி, சேவிடம் எந்தவித மாற்றத்தையும் ஏற்படுத்தவில்லை. நியாய விலைக் கடையில் வரிசையில் நின்று பொருள்கள் வாங்கினார். அலுவலக காரை அலுவலகப் பணிகளுக்கு மட்டுமே பயன்படுத்துவார். எங்காவது செல்ல வேண்டுமானால் நடந்தே போவார். அவசரம் என்றால் பேருந்து.

நிலச்சீர்திருத்தம் வெற்றிகரமாக நடந்து கொண்டிருந்தது. கூடவே, ராணுவச் சீர்திருத்தமும். இனி பொருளாதாரம் நிலைபெற்றுவிடும் என்று சே நினைத்துக் கொண்டிருந்த அதே சமயம், அமெரிக்கா தனது முதல் முக்கியத் தாக்குதலைத் தொடங்கியது.

க்யூபாவுக்கு அமெரிக்கா கொடுத்த முதல் பதிலடி, சர்க்கரை இறக்குமதியை நிறுத்திக் கொண்டதுதான். க்யூபாவிலிருந்து யாரும் சர்க்கரை வாங்கக் கூடாது என்ற கண்டிப்பான கட்டுப்பாட்டை, அமெரிக்கா விதித்தது. அமெரிக்கா மட்டுமல்ல, பிற நாடுகளும் க்யூபாவிடமிருந்து சர்க்கரைக் கொள்முதல் செய்யக் கூடாது என்று கேட்டுக் கொண்டது. முதலில் சர்க்கரையில் தொடங்கிய கட்டுப்பாடு, பொருளாதாரத் தடையாக விரிவடைந்தது.

க்யூபாவிலோ சர்க்கரைப் பொங்கி வழிந்து கொண்டிருந்தது. அமோக விளைச்சல். நிலம் கிடைத்த மகிழ்ச்சியில் விவசாயிகள் அனைவரும் கரும்பு விளைச்சலில் தீவிரமாக ஈடுபட்டுக் கொண்டிருந்தனர். அமெரிக்காவின் இந்தத் திடீர் சர்க்கரைக் கட்டுப்பாடு, அவர்களை அப்படியே புரட்டிப் போட்டது. கிட்டத்தட்ட ஏழு லட்சம் டன் சர்க்கரை, கொள்முதல் செய்யப்படாமல் சியர்ரா மிஸ்த்ரா மலைக்குப் போட்டியாகக் குவிந்துக் கிடந்தது. க்யூபாவின் எதிர்காலம் பூதாகரமான கேள்விக்குறியாக மாறியது.

க்யூபாவின் பொருளாதாரத்தை எப்படித் தூக்கி நிறுத்தலாம் என்று யோசித்துக் கொண்டே, தனது உலக சுற்றுப் பயணத்தைத் தொடங்கினார் சே. 1959 ஜூன் மாதம் முழுவதும் பல நாடுகளுக்குச் சென்று வந்தார். கெய்ரோ, ஜப்பான், யூகோஸ்லாவியா, இலங்கை, இந்தோனேசியா, பாகிஸ்தான், சூடான், மொராக்கோ என்று அவரது பயணம் நீண்டது. இந்தியாவுக்கும் வருகைத் தந்தார். தாஜ்மகால் சென்றார். கல்கத்தா பயணித்தார். சில தொழிற்சாலைகளையும் அணைக்கட்டுகளையும் சுற்றிப் பார்த்தார். நேரு அளித்த விருந்தில் பங்கெடுத்துக் கொண்டார்.

வெனிசூலாவில் சோவியத் யூனியன், அறிவியல் கண்காட்சி ஒன்றை நடத்திக் கொண்டிருந்தது. கண்காட்சியைத் தொடங்கி வைத்தவர் சோவியத் துணைப் பிரதமர் அனஸ்டாஸ் மிக்கோயன். க்யூபாவின் சார்பாக, சே குவேரா இந்நிகழ்ச்சியில் வரவேற்கப்பட்டிருந்தார்.

மிக மிக பிரும்மாண்டமாக ஏற்பாடு செய்யப்பட்டிருந்தது அந்தக் கண்காட்சி. கண்காட்சி குறித்து அனைத்து விவரங்களையும் குறித்து வைத்துக் கொண்டார் சே. க்யூபாவிலும் இப்படி ஒரு ஏற்பாடு செய்யப் பட வேண்டும் என்று அவர் விரும்பினார். உடனே அனஸ்டாஸ் மிக்கோயனிடம் தனது விருப்பத்தை வெளியிட்டார். க்யூபாவில் நடக்கப் போகும் கண்காட்சியையும் அவர்தான் தலைமை தாங்கி திறந்து வைக்க வேண்டும் என்று கேட்டுக் கொண்டார். அவரும் மகிழ்ச்சியுடன் ஒப்புக் கொண்டார்.

1960-ம் ஆண்டு அனஸ்டாஸ் மிக்கோயன் க்யூபா சென்றார். காஸ்ட்ரோ விமான நிலையம் சென்று அவரை வரவழைத்தார். கண்காட்சி சிறப்பாக நடந்து முடிந்தது. சே, மிக்கோயனை தனது வீட்டுக்கு அழைத்துச் சென்றார். இருவருக்குமிடையே வெகு இயல்பாக நட்பு மலர்ந்தது. சே-மிக்கோயன் நட்பு, க்யூபா-சோவியத் நட்பாக விரிவடைந்தது.

சே குவேராவைச் சோவியத்துக்கு வருமாறு மிக்கோயன் அழைப்பு விடுத்தார். அவரது அழைப்பை ஏற்று சோவியத் சென்றார் சே. அவரால் நம்ப முடியவில்லை. சோவியத் மக்கள் லட்சக்கணக்கில் திரண்டு அவரை வரவேற்றனர். அவர் செல்லும் இடமெல்லாம் அவரைச் சூழ்ந்து கொண்டனர். தொழிற்சாலைகளுக்குச் சென்றபோது, தொழிலாளர்கள் அவரைக் கட்டித் தழுவிக் கொண்டனர். புரட்சிப்படை வெற்றிப் பெற்று ஹவானா நுழைந்தபோது, அவருக்கு எத்தகைய வரவேற்பு அளிக்கப்பட்டதோ அதேபோன்ற வரவேற்பு, சோவியத் மண்ணிலும் கிடைத்தது. இது சே எனும் தனிப்பட்ட தலைவருக்குக் கிடைத்த வரவேற்பு என்று சொல்வதை விட, ஏகாதிபத்திய, முதலாளித்துவ எதிர்ப்புக்குக் கிடைத்த வரவேற்பாக ஏற்றுக் கொள்வது பொருத்தமாக இருக்கும்.

எத்தனையோ நாடுகளைச் சுற்றி வந்திருந்தாலும், சேவை மிகவும் கவர்ந்த ஒரு நாடாக இருந்தது சோவியத் யூனியன். 'சோவியத் யூனியன் இல்லாத ஓர் உலகம் எப்படியிருக்கும் என்று நினைத்துப் பார்க்கவே முடியவில்லை!' என்று வியந்திருக்கிறார்.

மிக்கோயன் மிகச் சரியான நேரத்தில் க்யூபாவுக்கு உதவ முன்வந்தார். க்யூபாவிடமிருந்து சர்க்கரையை வாங்கிக் கொள்ள சோவியத் சம்மதிக்கும் என்ற உறுதிமொழியை வழங்கினார். அதே காலகட்டத்தில்,

சோவியத்தில் சர்க்கரை வறட்சி ஏற்பட்டிருந்தது. க்யூபாவிடமிருந்து சர்க்கரையைக் கொள்முதல் செய்தால், இருநாடுகளுக்கும் அது பயனளிக்கும். எனவே, சோவியத் அரசு இதற்குக் கட்டாயம் சம்மதிக்கும் என்றார் மிக்கோயன்.

சோவியத் அரசு சம்மதித்தது. க்யூபாவிடம் தேங்கிக் கிடக்கும் சர்க்கரையை கொள்முதல் செய்து, அதற்கு விலையாக என்பது சதவிகிதம் பொருளும் இருபது சதவிகிதம் டாலரும் அளிக்க சோவியத் முன்வந்தது. க்யூப அரசு கேட்டுக் கொண்டதற்கு இணங்க, நூறு மில்லியன் டாலரை நீண்டகால கடனாக அளிக்கவும் சோவியத் முன்வந்தது.

க்யூபாவில் ஒரு புதிய அத்தியாயம் தொடங்கியது.

7. க்யூபாவின் நாயகன்

தனது தாயாருக்கு எழுதிய கடிதத்தில் சே ஒரு முறை இப்படிக் குறிப்பிட்டார்.

'அதே தனிமையான மனிதனாகவே நான் இன்னும் இருக்கிறேன். ஆனால், எனது வரலாற்றுக் கடமை பற்றிய உணர்வு எனக்கு இருக்கிறது. எனக்கு வீடில்லை, மனைவி இல்லை, குழந்தைகள் இல்லை, பெற்றோர் இல்லை, சகோதரர்கள் இல்லை. என்னுடைய நண்பர்கள், அரசியல் ரீதியாக என்னைப் போன்றே சிந்திக்கும் வரையில்தான் என்னுடைய நண்பர்கள். எனினும், நான் மகிழ்ச்சியாக இருக்கிறேன்.'

வரலாற்றுக் கடமை என்று சே குறிப்பிட்டார் அல்லவா? அந்தக் கடமைக்கு அவர் கொடுக்க வேண்டியிருந்த விலை இதுதான். உறவினர்கள், நண்பர்கள், குழந்தைகள் என்ற ஒருவரைப் பற்றியும் அவரால் சிந்திக்க முடியவில்லை. நேரம் இல்லை. வேலைப் பளு அதிகம். காஸ்ட்ரோவுடன் இணைந்து அத்தனை வேலைகளையும் செய்ய வேண்டும்.

புரட்சிகர அரசாங்கத்தை நிறுவுவது என்பது சாமானியப் பட்ட வேலையா? அதுவும் அமெரிக்கா போன்ற ஒரு சண்டியர் பங்காளியைப் பக்கத்தில் வைத்துக் கொண்டு சமாளிப்பது அத்தனைச் சுலபமா என்ன? தவிரவும், க்யூபாவின் பொருளாதாரத்தைச் சீரமைக்கும் பொறுப்பு எல்லாவற்றையும் விட மிகவும் சவாலானது. அத்தனைச் சவால்களையும் வெற்றிகரமாகச் சந்தித்தார் சே.

க்யூபா, க்யூபா, க்யூபா.

வேறு எதைப் பற்றியும் அவர் சிந்திக்கவில்லை. கணிதம் பயின்றார். பொருளாதாரம் பயின்றார். நிதிக்கொள்கை, அன்னிய செலாவணிக் கையிருப்புப் போன்றவற்றைக் கற்றுக் கொண்டார். அயலுறவுக் கொள்கையைத் திறம்பட வகுக்கும் அளவுக்கு அவருடைய உலக அரசியல் ஞானம் வளர்ந்தது. ரஷ்யாவின் மீது கொண்ட தனிப்பட்ட அபிமானத்தால், ரஷ்ய மொழி கற்க ஆரம்பித்தார்.

'இவராவது, வங்கி மேலாளராக இருப்பதாவது. இன்னும் நாலே நாளில் உதறித் தள்ளிவிட்டு போய்விடுவார்' என்று ஆரம்பத்தில் நகைத்த நபர்கள், வாயைத் திறப்பதை நிறுத்திக் கொண்டார்கள். தனது பணியில் அவர் வளர்த்துக் கொண்ட திறமையைத் தவிர, அவரது தனிப்பட்ட பண்புகள் பலரை ஈர்த்தன.

சே, தினசரி அலுவலகத்துக்கு வரவேண்டும் என்ற கட்டாயமே இல்லை. இருக்கும் வேலையை நான்கு பேருக்குப் பகிர்ந்து கொடுத்து விட்டு, சாய்ந்து உட்கார்ந்துவிடலாம்.

ஆனால், சேவோ சூரியன் உதித்தவுடன் அலுவலகத்துக்கு வந்து விடுவார். இரவு இரண்டு, மூன்று மணி வரை அலுவலகத்திலேயே தங்கியிருப்பார். அலுவலகக் கோப்புகளை ஊன்றி படிப்பார். நிர்வாகப் பணிகளில் தனக்குப் போதிய அனுபவம் கிடையாது; அதனால் கூடுதல் நேரம் செலவழித்து கற்றுக் கொள்ள வேண்டும் என்று அவருக்குத் தெரிந்திருந்தது. அனுபவமின்மை காரணமாக எந்தவிதத் தவறும் நேர்ந்துவிடக் கூடாது என்பதில் அவருக்குத் தெளிவு இருந்தது.

இத்தனைச் சிரத்தை எடுத்துக்கொண்டு, கவனத்துடன் செயல் பட்டாலும் சே மீது பல காட்டமான குற்றச்சாட்டுகள் முன்வைக்கப் பட்டன. குறிப்பாக இரண்டு. ஒன்று, அவரது தோற்றம். உயர் அதிகாரி தான். அரசாங்க அதிகாரிதான். க்யூபாவின் எதிர்காலத்தை நிர்ணயம் செய்யப் போகும் சிற்பிதான். ஆனாலும், அவரைப் பார்த்தால் அப்படித் தெரியாது.

அதே பரட்டைத் தலை. சரிசெய்யப்படாத முள் தாடி. அழுக்கேறிப் போன ஆலிவ் பச்சை உடைகள். நான்கு, ஐந்து மாற்று உடைகள் தைத்திருக்கலாம். குறைந்தபட்சம், அணிந்து கொண்டிருக்கும் உடையையாவது ஒழுங்காக, துவைத்து, சுத்தப்படுத்தி, சுருக்கங்கள் நீக்கி அணிந்திருக்கலாம். கேட்டால், 'நேரம் இல்லை' என்பார் அல்லது 'விருப்பம் இல்லை' என்பார் அல்லது 'ரொம்ப முக்கியமா?' என்று எதிர் கேள்வி கேட்பார். உள்ளூரில்தான் இப்படி என்றால், வெளி நாட்டுப் பயணங்களிலும் இதே கதிதான்.

இரண்டாவது குற்றச்சாட்டு, 'மற்றவர்களை மதிப்பதில்லை'. காலைத் தூக்கி மேஜையின் மீது போட்டு உட்கார்ந்திருப்பார். எதிரிலிருக்கும் இருக்கையில் காலை நீட்டி அமர்ந்திருப்பார். யாராவது பார்வையாளர்கள் வந்தாலும், அப்படியேத்தான் வரவேற்பார். அப்படியேத் தான் பேசுவார். ஒரு சிலருக்குச் சே இப்படி நடந்து கொள்வது பிடிக்கவில்லை. சே அடக்கம் இல்லாதவர் என்று அவர்கள் விமரிசித்தனர்.

இவர்கள் சேவை ஆழமாகப் புரிந்து கொள்ளாதவர்கள் என்றுதான் சொல்லவேண்டும். காரணம், சேவின் சுபாவம் அப்படி. போலி மரியாதை, போலி உபசரிப்புகள், பகட்டான வரவேற்புகள் போன்ற வற்றை முற்றிலுமாக எதிர்த்தவர் அவர். தன்னைத் தேடி யாராவது வந்திருக்கிறார்கள் என்று தெரிந்தால், மறு நிமிடமே அவர்களை அழைத்துப் பேசிவிடுவார். அது விடியற் காலையாக இருந்தாலும் சரி, நள்ளிரவாக இருந்தாலும் சரி. அநாவசியமாக யாரையும் அவர் காக்க வைப்பதில்லை.

அதேபோல், தவறான முடிவுகளை அவசரப்பட்டு எடுத்துவிட்டால், உடனடியாகத் தன்னைத் திருத்திக் கொள்ளவும் அவர் தயங்கியதில்லை. வங்கி அதிகாரிகளுக்கு அளிக்கப்படும் அதிக சம்பளம் குறித்து வருத்தமடைந்த சே, உடனடியாக அதற்கு ஒரு முடிவு கட்ட விரும்பினார்.

தடாலடியாக ஓர் அறிவிப்பையும் வெளியிட்டார்.

'இன்று முதல் வங்கி ஊழியர்களுக்கு அதிக பட்ச சம்பளம் 350 டாலர். அதற்கு மேல் சல்லிக்காசு கிடையாது.'

சே அவசரப்படுகிறார் என்று வங்கி உயர் அதிகாரிக்குத் தெரிந்துவிட்டது. தன் பக்கத்து நியாயத்தை எடுத்துக் கூறினார்.

'சே, நீங்கள் சொல்வதை யாரும் ஏற்றுக் கொள்ள மாட்டார்கள்.'

'அதெப்படி ஏற்றுக் கொள்ளாமல் இருப்பார்கள். இது அரசாங்க ஆணை. அவர்கள் ஒப்புக் கொண்டுதான் ஆக வேண்டும்.'

'350 டாலருக்கு அதிகமாகச் சம்பளம் வாங்குபவர்கள் கணிசமாக இங்கே இருக்கிறார்கள். அவர்கள் இன்றியமையாதவர்கள். பல முக்கியப் பொறுப்புகளில் இருப்பவர்கள். இந்த திடீர் முடிவால் மனமொடிந்து அவர்கள் விலகிக் கொள்ள விரும்பினால், பிறகு....'

'விலகிக் கொள்ளட்டுமே! அதனால் என்ன? அவர்களுக்கு மட்டும்தான் அந்த வேலையைச் செய்ய முடியுமா என்ன? வேறு ஆள்கள் கிடைக்காமலா போவார்கள்?'

வேறு ஆள்கள் கிடைக்கவில்லை. முக்கியப் பொறுப்புகளை வகித்த பலர் திடுதிடுப்பென்று வேலையை உதறிவிட்டனர். சே அப்போதும் விட்டுக் கொடுக்கவில்லை.

'வேலையை விட்டுப் போனவர்களுக்குத் தக்க பாடம் கற்பிக்கிறேன்.'

தோட்ட வேலை செய்பவர்களையும், கரும்பு வெட்டுபவர்களையும் வரவழைத்தார். கத்தி, அரிவாள் பிடித்த அவர்களுக்குக் கணக்கு, வழக்கு கற்றுக் கொடுத்தார். ஆனால், தனது முயற்சி தோல்வியடைந்து வருகிறது என்பதை சே உடனடியாகப் புரிந்து கொண்டுவிட்டார். அவர்களால் புதிய பதவிகளில் ஒட்டிக் கொள்ள முடியவில்லை. மீண்டும் பழைய நபர்களைப் பணியில் அமர்த்தினார்.

•

'உங்கள் அனுமதியுடன் உங்களை வேலை மாற்றம் செய்ய விரும்புகிறேன். சம்மதிப்பீர்களா?'

அந்தப் பெண் அதிகாரியிடம்

திடீரென்று அறிவித்தார் சே.

'மன்னிக்கவும். என்னால் முடியாது.'

'ஏன் என்று தெரிந்து கொள்ளலாமா?'

நீண்ட தயக்கத்துக்குப் பின் அவர் பதிலளித்தார். 'என் கணவர் இதற்கு ஒப்புக் கொள்ள மாட்டார்.'

சே எதுவும் பேசவில்லை. இறுக்கமான முகத்துடன் அந்த அறையை விட்டு வெளியேறிவிட்டார். நீண்ட நேரத்துக்கு அவர் யாரிடமும் பேசவில்லை.

மெத்தப் படித்த அதிகாரி. திறமைசாலி. மற்றப் பகுதிகளில் அவருடைய உதவி தேவைப்பட்ட காரணத்தால்தான் அவரைப் பணி மாற்றம் செய்ய வேண்டியிருந்தது. வேண்டாம், எனக்குப் பிடிக்கவில்லை என்று அவர் சொல்லியிருந்தால் விஷயம் அத்தோடு முடிந்து போயிருக்கும். ஆனால் அவர் சொன்ன காரணம் அதிர்ச்சிகரமானது. அவருடைய கணவன் இதற்கு அனுமதிக்கவில்லையாம். வேறொரு இடத்துக்கு அவரால் தனியாகப் போக முடியாதாம். ஏனென்றால் அவர் ஒரு பெண்.

தன் கணவனின் விருப்பத்துக்கு ஏற்றாற் போல்தான் ஒரு பெண்ணால் செயல்பட முடிகிறது. தன்னிச்சையாக முடிவெடுக்கும் அதிகாரம் அவளுக்குக் கிடைக்காது. எத்தனை அவமானகரமான விஷயம் இது! இதே கணவனுக்குப் பணி மாற்றம் என்றால் அவன் மனைவி உடனே தனது

வேலையை உதறித் தள்ளிவிட்டு பெட்டிப் படுக்கையோடு அவனுடன் சென்றுவிட வேண்டும். எதிர்த்துப் பேச முடியாது. ஏனென்றால் அவன் ஓர் ஆண்.

இதே சிந்தனையோடு வீட்டுக்குச் சென்ற சே, தனது நாள்குறிப்பில் இப்படிப் பதிவு செய்கிறார். 'இந்தச் சம்பவம் எதைச் சுட்டிக் காட்டுகிறது? இன்னும் பழைமையே நம் முதுகில் ஏறி உட்கார்ந் திருக்கிறது என்பதைத்தான். பெண்கள் விடுதலை அடைய வேண்டும் என்றால் அவர்கள் முழுச்சுதந்தரம் பெறவேண்டும். அவர்கள் மனத்தில் சுதந்தரம் மலரவேண்டும். அவர்களைச் சில நடவடிக்கைகளில் ஈடுபடவிடாமல் தடுப்பது, உடல் ரீதியான காரணம் மட்டும் அல்ல. இன்னும் அப்படியே இருக்கும் பழைய மரபின் மீதமும்தான்.'

●

தேசிய வங்கியின் இயக்குநர் என்னும் முறையில் இறக்குமதி உரிமம் வழங்கும் பொறுப்பு சேவிடம்தான் இருந்தது. க்யூபாவின் சேமிப்பை அதிகரிக்க வேண்டும், க்யூபா தன்னிறைவு அடைய வேண்டும் எனும் நோக்கமும் அவரிடம் இருந்தது. அதனால் க்யூபாவின் இறக்குமதியை இயன்ற வரையில் குறைக்க வேண்டும் என்று அவர் விரும்பினார்.

ஒருநாள் க்யூபாவின் பிரபல பல்பொருள் அங்காடியான எல் என்ட்டோவில் பணிபுரியும் பெண்கள் சேவைச் சந்தித்து, 'இறக்கு மதியைக் கூட்டுங்கள், இல்லையெனில் நாங்கள் எங்கள் வேலையை இழக்க நேரிடும்' என்று முறையிட்டனர். அவர்களில் பலருக்குத் திருமணம் ஆகி, குழந்தைகளும் இருந்தனர். இறக்குமதி குறைந்து விட்டால், இவர்களது அங்காடியில் வேலை குறைந்துவிடும், சம்பாத்தியம் நின்றுவிடும். 'நாளை வாருங்கள், உங்கள் பிரச்னையைத் தீர்த்து வைக்கிறேன்' என்று சொல்லி அவர்களை அனுப்பி வைத்தார் சே.

மறுநாள், அப்பெண்களைத் தன் அலுவலகத்துக்கு வரவழைத்தார். 'இந்தப் பருவத்தில் ஏராளமான தக்காளிகள் விளைந்துள்ளன. நீங்கள் அனைவரும் வயல்களுக்குச் சென்று தக்காளியைப் பறியுங்கள். இந்தக் கடையில் வேலை பார்ப்பதைவிட, உயர்ந்த தரத்துடன் வாழ்க்கை நடத்தலாம்' என்று சொல்லி அனுப்பி வைத்தார். எல் என்ட்டோவுக்கு இறக்குமதி உரிமம் வழங்கப்படவில்லை.

க்யூபாவில் இன்றளவும் இந்த ஆச்சரியம் தொடர்கிறது. ஆசிரியராக இருக்கும் ஒருவர், பகுதி நேரத்தில் விவசாயியாகப் பணியாற்றுவார். இதற்கான அவசியம் என்ன? இதோ சே குவேராவின் பதில். '...ஒரு மருத்துவர் ஒரு விவசாயியாகவும் இருக்கவேண்டும். வேளாண்மையைப் பொருத்தவரை, உலகிலேயே செழிப்பான நாடுகளில் ஒன்றான

க்யூபாவில், சத்தான உணவு மிகவும் குறைவாக உற்பத்தியாகிறது. சத்துணவு உற்பத்தியைப் பெருக்க புதிய உணவு வகைகளை மருத்துவரே விதைக்க வேண்டும்.

இந்தச் சூழ்நிலையில் நாம் கொஞ்சம் கண்டிப்பாகத்தான் நடந்து கொள்ள வேண்டும் என்பதை உணர வேண்டும். சமயங்களில் நாம் ஓர் அரசியல்வாதியாகவும் இருக்க வேண்டும். நாம் செய்ய வேண்டிய முதல் வேலை, மக்களிடம் நமது விவேகத்தை எடுத்துச் செல்லாமல் இருப்பது. மாறாக, மக்களிடம் சேர்ந்து நாமும் கற்றுக் கொள்ளத் தயாராக இருப்பதை, அவர்களுடன் இணைந்து ஒரு மாபெரும் அழகிய பரிசோதனையில், புதிய க்யூபாவை நிர்மாணிக்கும் பணியில் நாம் ஈடுபடப் போகிறோம் என்பதை வெளிப்படுத்த வேண்டும். சிறிது காலத்துக்கு முன்பு, இங்கு ஒரு சர்வாதிகாரி மட்டும் வீழ்த்தப்பட வில்லை; ஓர் அமைப்பே வேரோடு பிடுங்கி எறியப்பட்டிருக்கிறது என்பதைப் பெருவாரியான மக்கள் புரிந்து வைத்துள்ளனர். சிதைந்துப் போன அந்தப் பழைய அமைப்பின் இடிபாடுகளின் மீது, நம் மக்களுக்கு முழுமையான மகிழ்ச்சியைக் கொண்டுவரக் கூடிய புதிய அமைப்பு ஒன்றை நாம் கட்டி எழுப்ப வேண்டும் என்பதை அவர்களுக்குப் புரிய வைக்க வேண்டும்...'

க்யூபர்கள் புரிய வைத்தனர். க்யூபா ஒவ்வொரு அடியாக எடுத்துவைத்து முன்னேறியது.

அமெரிக்காவிடமிருந்து படிப்படியாக க்யூபாவைத் துண்டித்தார் சே. அமெரிக்காவின் ஆத்திரத்தை அதிகப்படுத்தும் பல நடவடிக்கைகளில் அவர் ஆர்வத்துடன் ஈடுபட ஆரம்பித்தார். சோவியத்துடனான தனது நட்பை ஒவ்வொரு நாளும் பலப்படுத்திக் கொண்டே வந்தார். அமெரிக்காவின் கண்களுக்கு முன்னால் க்யூபாவின் சர்க்கரை வர்த்தகம் கொடிகட்டிப் பறந்தது.

அமெரிக்காவுக்கும் சோவியத்துக்கும் பூனை எலி உறவு என்று சேவுக்குத் தெரியும். கம்யூனிஸ, இடதுசாரி சிந்தனைகள் உலகின் எந்த மூலையில் உதித்தாலும் அமெரிக்காவுக்கு ஜன்னி பிறந்துவிடும். மார்க்சியம், லெனினிசம், சோஷலிசம் போன்ற பதங்கள், ஜனநாய கத்துக்கு எதிரானவை என்பது அமெரிக்காவின் நம்பிக்கை. அமெரிக்காவுக்கு இணையாகவும் பல சமயங்களில் அமெரிக்காவுக்கே சவால் விடும்படியாக சோவியத் யூனியன் வளர்ந்து நின்றது அமெரிக்காவுக்கு அச்சுறுத்தலை ஏற்படுத்தியது. இந்நிலையில் க்யூபா, சோவியத்தோடு உறவு கொண்டாடுவதை அமெரிக்காவால் சகித்துக் கொள்ள முடியவில்லை. இது காஸ்ட்ரோவுக்குத் தெரியும். சேவுக்கும் தெரியும்.

ஏற்கெனவே கொதிநிலையில் இருந்த அமெரிக்காவின் இதயத்தில் ஈட்டியைப் பாய்ச்சினார் சே.

'ஃபிடல், ஆயுதங்கள் வேண்டும்.'

'சரி.'

'சோவியத்திடமிருந்தும் வேறு சில ஐரோப்பிய நாடுகளிடம் இருந்தும் ஆயுதங்கள் வாங்குவதாக உத்தேசித்துள்ளேன்.'

'நல்ல யோசனை. அப்படியே செய்யுங்கள்.'

சே சிரித்தார்.

'அமெரிக்கா நம்மை வைத்தக்கண் வாங்காமல் பார்த்துக் கொண்டிருக்கிறது. அவர்களது வயிற்றெரிச்சலை நாம் அதிகப்படுத்தப் போகிறோம்.'

'கேட்பதற்கே ஆனந்தமாக இருக்கிறது.' காஸ்ட்ரோவும் சிரித்தார்.

சோவியத்திடமிருந்தும், ஐரோப்பிய நாடுகளிடமிருந்தும் ஆயுதங்கள் வாங்கத் தொடங்கினார் சே.

●

காஸ்ட்ரோவும் சேவும் ஊகித்ததைப் போலவே அமெரிக்கா அலறிக் கொண்டிருந்தது. பெரிய பூதக்கண்ணாடியைக் கொண்டு க்யூபாவை அங்குலம் அங்குலமாக ஆராயச் சொல்லி சி.ஐ.ஏ.வுக்கு உடனடி ஆணைப் பிறப்பித்தது.

கூடவே மற்றுமொரு ரகசிய உத்தரவையும் பிறப்பித்தது. 'சே குவேரா மிக மிக ஆபத்தான நபர். அவரைத் தனிப்பட்ட கவனத்துடன் அணுக வேண்டும். அவரது ஒவ்வொரு நடவடிக்கையும் நமக்குத் தெரிய வேண்டும்.'

சி.ஐ.ஏ. உயர் அதிகாரிகள் ஒன்று திரண்டனர். பாடிஸ்டா பதவியிலிருந்து விலகிய நாள் முதலாக, க்யூபாவில் என்னென்ன மாற்றங்கள் ஏற்பட்டுள்ளன என்பதை கண்டறிய தனித்தனிக் குழுக்கள் அமைக்கப்பட்டன.

1960 மார்ச் 23-ல் சி.ஐ.ஏ.வின் அமெரிக்க இயக்குநர், தனது ரகசிய ஆவணத்தை உயர் அதிகாரிகளுக்குச் சமர்ப்பித்தார்.

'க்யூபாவை நாம் எச்சரிக்கையுடன் அணுக வேண்டும். ஆயுதப் படைகள், காவல் படைகள், புலனாய்வு அமைப்பு மூன்றும் ஒரே கட்டுப்பாட்டின் கீழ் வந்துள்ளது. இதற்குக் காரணம் சே குவேரா. இதைவிட ஆபத்தான விஷயம் ஒன்று உள்ளது. க்யூபாவில்

வேகவேகமாக கம்யூனிஸம் பரவிக் கொண்டிருக்கிறது. மக்களுக்கு கம்யூனிஸ சார்புள்ள அரசியல் வகுப்புகள் எடுக்கிறார்கள். தொழிலாளி களையும் விவசாயிகளையும் கொண்டு மக்கள் படை என்னும் பெயரில் படைகளை அமைத்துக் கொண்டிருக்கிறார்கள். போதாக்குறைக்கு, அவர்களுக்கு ஆயுதங்களும் அளிக்கப்படுகின்றன.'

சேவையும் காஸ்ட்ரோவையும் அமெரிக்கா வெறுக்கத் தொடங்கிய அதே காலகட்டத்தில், பல அமெரிக்கர்கள் இருவரையும் கொண்டாடத் தொடங்கினார்கள். குறிப்பாக, சே அவர்களை அதிகமாக ஈர்த்தார். சேவின் புகைப்படத்தை அட்டைப் படத்தில் ஏற்றி கட்டுரை எழுதியது டைம் பத்திரிகை. 'சே குவேரா க்யூபப் புரட்சியின் மூளை' என்று ஆச்சரியப்பட்டது. 'பல பெண்களைக் கொள்ளைக் கொள்ளும் திறன் அவருடைய சிரிப்பில் பொதிந்துள்ளது' என்று வருணித்தது.

க்யூபாவில் மட்டுமில்லாமல், பல உலக நாடுகளில் சேவுக்கு ஆதரவு பெருகி வருவதை கவனித்த சி.ஐ.ஏ., அதிர்ச்சி அடைந்தது. சேவைத் தனது முதல் முக்கிய எதிரியாக ஏற்றுக் கொண்டு, தனது வேலையைத் தொடங்கியது.

முதல் கட்டமாக, சோவியத்-க்யூபா உறவைப் பலவீனப்படுத்த விரும்பியது சி.ஐ.ஏ. அதற்கு என்ன செய்யலாம் என்று யோசித்து இறுதியில் பிரசார ஆயுதத்தைக் கையில் எடுத்தனர். சோவியத்தை நம்ப வேண்டாம், அவர்கள் கொலை பாதகர்கள் என்று க்யூபர்களிடம் தீவிரமாகப் பிரசாரம் செய்தனர். நாளிதழ்களில் எழுதினர். சோவியத் க்யூபாவைக் கைவிட்டுவிடும், எனவே, அவர்களிடம் ஜாக்கிரதையாக இருக்கவும் என்று அலறியது. அமெரிக்கா சொல்வதை க்யூபர்கள் காதில் போட்டுக் கொள்ளவில்லை.

உடனே, சோவியத் மக்களிடம் திரும்பியது. 'காஸ்ட்ரோ, சே இருவரும் சேர்ந்து க்யூபாவில் சர்வாதிகார ஆட்சி நடத்திக் கொண்டிருக்கிறார்கள். அடாவடித்தனம் செய்து கொண்டிருக்கிறார்கள். ஆகவே, அவர்களை நம்ப வேண்டாம். அவர்களுக்கு ஆயுதங்கள் அளிக்க வேண்டாம், அவர்களிடமிருந்து சர்க்கரை வாங்க வேண்டாம்' இன்னமும் என்னென்னவோ சொல்லிப் பார்த்தார்கள். சோவியத்தும் அதை சட்டை செய்யவில்லை.

அடுத்து, சில கடுமையான சட்டத்திட்டங்களை உள்நாட்டில் அமல்படுத்தினார்கள். க்யூபாவின் இறக்குமதி முற்றிலுமாகக் கட்டுப்படுத்தப்பட்டது. அமெரிக்காவிலிருந்து எந்தவொரு பொருளும் க்யூபாவுக்குப் போக முடியாது. அதேபோல், க்யூபாவிலிருந்து குண்டூசி கூட அமெரிக்காவுக்குள் நுழைய முடியாது.

பாடிஸ்டாவின் பழைய நண்பர்களைத் தேடிப் பிடிக்கும் வேலையை ஒரு குழு ஏற்றுக் கொண்டது. அவர்களுக்கு இடப்பட்ட பணி இதுதான். 'காஸ்ட்ரோவையும் சே குவேராவையும் எதிர்க்க வேண்டும். அவர்களுக்கு எதிராக மக்களைத் தூண்டி விட வேண்டும். க்யூபாவில் சட்டம் - ஒழுங்கு சீர் குலைய வேண்டும்.'

மற்றொரு குழு, கரும்பு பயிர்களுக்குத் தீயிட்டுக் கொளுத்தும் பணியை ஏற்றுக் கொண்டது. க்யூபர்களைப் போலவே உருமாறி, இரவோடு இரவாக வயல்களுக்கு இவர்கள் தீ வைத்தனர். மார்க்சிய, அரசியல் வகுப்புகள் எடுக்கும் ஆசிரியர்கள் யார் யார் என்பதைக் கண்டுபிடித்து, அவர்களை ஒவ்வொருவராகக் கொலை செய்ய திட்டம் தீட்டப்பட்டது. பல ஆசிரியர்களைக் கொல்லவும் செய்தனர்.

அமெரிக்கா ஏற்படுத்திய தடைகள், க்யூபாவில் பல பாதிப்புகளை ஏற்படுத்தின. அன்றாட தேவைக்கு எண்ணெய் கிடைக்கவில்லை. உதிரிபாகங்கள் கிடைக்கவில்லை. ஓடிக் கொண்டு இருந்த பேருந்துகள் நின்றுவிட்டன. வயலில் டிராக்டர்கள் ஓடவில்லை. குழந்தைகளுக்குப் பால் இல்லை.

'சோவியத்துக்கும் எங்களுக்கும் இனி எந்தத் தொடர்பும் கிடையாது என்ற உறுதிமொழியை எங்களுக்கு அளித்தால், தடைகளை விலக்கிக் கொள்கிறோம்' என்றது அமெரிக்கா.

'கூடிய விரைவில், அமெரிக்காவுடன் நாம் நேரடியாகப் போரிடுவோம் என்று நினைக்கிறேன்' என்றார் காஸ்ட்ரோ.

•

மிக மிகக் கடுமையான காலகட்டம் அது. வேறு ஒரு தேசமாக இருந்திருந்தால், இத்தனைக் கடுமையான தடைகளால் சுருண்டு போயிருக்கும். தலையில் கைவைத்து போதுமடா இந்தப் போராட்டம் என்று வெறுத்து ஓடியிருக்கும்.

ஆனால் க்யூபா, ஒவ்வொரு தடையாகத் தகர்த்ததோடு மட்டுமில்லாமல் முன்னேறவும் செய்தது. முதலில் கல்வி. 'தெரியாதவர்கள் கற்றுக் கொள்ளுங்கள். தெரிந்தவர்கள் கற்றுக் கொடுங்கள்' - இதுதான் க்யூபா எழுத்தறிவு இயக்கத்தின் தாரக மந்திரம். பிள்ளைகள் தங்களுடைய பெற்றோருக்குப் பாடம் எடுக்க வேண்டும். நண்பர்களுக்குக் கற்றுத்தர வேண்டும். மலைகளுக்கும், பள்ளத்தாக்குகளுக்கும் சென்று எழுத்தறி விக்க வேண்டும். நெருப்பைப்போல் பற்றிக் கொண்டது இந்த இயக்கம்.

சுரங்கத் தொழிலாளர்கள் பணி முடிந்ததும் நேராக வகுப்பறைக்குப் படையெடுத்தனர். கடப்பாரையை வாசலுக்கு வெளியே படுக்க

வைத்துவிட்டு, பேனா பிடித்து எழுதத் தொடங்கினார்கள். பைனாப்பிள் மரம் அறுப்பவர், கத்தியை மூடி வைத்துவிட்டு புத்தகத்தைத் திறந்து வைத்துக் கொள்வார். இளைஞர்களும் இருப்பார்கள். பற்களைத் தொலைத்த மூதாட்டிகளும் இருப்பார்கள். இந்த வயதில் எதற்கு இதெல்லாம் என்று ஒருவரும் நினைக்க மாட்டார்கள். நினைக்கவும் விட மாட்டார்கள். பாடம் சொல்லிக் கொடுக்க நூற்றுக்கணக்கான இளைஞர்கள் மகிழ்ச்சியுடன் முன்வந்தனர்.

கல்விப் புரட்சி க்யூபா எங்கும் பற்றிக் கொண்டது. பாடிஸ்டா அரசாங்கத்துக் கல்வி நிலையையும் காஸ்ட்ரோ அரசாங்கம் அமைத்த பிறகு ஏற்பட்ட மாற்றத்தையும் ஒப்பிட்டால்தான் சாதனையின் வீரியம் புரியும். புரட்சிக்கு முன்னால் க்யூபாவில் எழுத்தறிவு பெற்றவர்கள் 23.6 சதவிகிதம். பள்ளிகள் கேட்பாரற்றுக் கிடந்தன. மாணவர்கள் ஒழுங்காகப் படிக்கிறார்களா என்று அக்கறையுடன் பார்க்க ஆசிரியர்கள் கிடையாது. ஆசிரியர்கள் ஒழுங்காகப் பாடம் நடத்துகிறார்களா என்று மெனக்கெட்டு தெரிந்து கொள்ளும் ஆர்வம் அரசாங்கத்திடம் இல்லை.

புரட்சிக்குப் பிறகு நிலைமை தலைகீழாக மாறியது. ஒரே ஆண்டு. எழுதப் படிக்கத் தெரியாதவர்களை தேடிக் கண்டுபிடிக்க வேண்டிய அதிசயம் சாத்தியமானது. ஒன்பதாம் வகுப்பு படித்த மாணவர்களின் விழுக்காடு 98.2 சதவிகிதத்தை எட்டிப் பிடித்தது. முப்பத்தேழு மாணவர்களுக்கு ஓர் ஆசிரியர். உலகிலேயே வேறெந்த நாட்டிலும் இத்தகைய விகிதாச்சாரத்தைக் காண முடியாது. 'நாங்கள் மட்டும்தான் உலகிலேயே நாகரிகமானவர்கள்' என்று அலட்டிக் கொள்ளும் அமெரிக்காவால் கூட, க்யூபாவை நெருங்க முடியவில்லை. அனை வருக்கும் அத்தனை மட்டங்களிலும் கல்வி இலவசம். யுனெஸ்கோ, யுனிசெஃப் போன்ற அமைப்புகள் கல்வியில் க்யூபாவை முன்னுதா ரணமாக நிறுத்தி உலகுக்குப் பாடம் எடுத்தன. பொருளாதாரத் தடைகள் விதிக்கப்பட்டபோதும் மாணவர்களிடமிருந்து ஒரு பைசாவைக்கூட அரசாங்கம் கட்டணமாக வசூலிக்கவில்லை.

இந்தச் சாதனை எப்படிச் சாத்தியமானது? கல்வி என்பது ஒரு தேசத்தின் உண்மையான சொத்து என்று காஸ்ட்ரோவுக்கும் சேவுக்கும் தெரிந்திருந்தது. அதனால் ஏற்பட்ட மாற்றம்தான் இது. ஆயுதங்கள் வாங்கிக் குவிக்கலாம். தொழிற்சாலைகள் கட்டலாம். சாலைகள் அமைக்கலாம். பணம் இருந்தால் போதும். எல்லாவற்றையும் ஒரே நொடியில் செய்து முடித்துவிடலாம். ஆனால் ஆயிரம் ஆயிரமாகக் கொட்டினாலும் அத்தனை மக்களையும் கற்றவர்களாக மாற்ற முடியாது. நிறைய மெனக்கெட வேண்டும். நிறைய அக்கறை எடுத்துக் கொள்ள வேண்டும். அதைத்தான் க்யூபா செய்தது.

ஒவ்வொரு க்யூபனும் எழுத்தறிவு கொண்டவனாக இருக்க வேண்டும் என்று அரசாங்கம் விரும்பியது. இது சாத்தியமா என்று யாரும் கேள்வி எழுப்பவில்லை. கல்வி கற்பிப்பதற்கான ஆதார வசதிகள் இருக்கின்றனவா என்று யாரும் ஆராய்ந்து கொண்டு இருக்கவில்லை. பொருளாதாரத் தடைகள் இருக்கும் சூழலில், இத்தகைய முயற்சிகள் தேவைதானா என்று யாரும் விவாதிக்கவில்லை. நடத்திக் காட்டினார்கள்.

குழந்தைகள் பள்ளிக்குச் செல்ல வேண்டும். அவர்களுக்குப் பேருந்துகள் தேவைப்படும் என்பதற்காகப் பொதுமக்கள் எரிபொருளை மிச்சம் பிடிக்க வேண்டி தங்களது வாகனங்களை அப்படி அப்படியே போட்டு விட்டு நடந்துசென்றனர்.

ஒரு முறை அலெய்டா அவசரமாகச் சில மருந்துகளை வாங்க வேண்டியிருந்ததால் சேவின் அலுவலக காரை உபயோகப்படுத்திக் கொண்டார். விஷயம் தெரிந்ததும் சேவுக்குப் பயங்கர கோபம்.

'உன்னை யார் கார் எடுத்துக் கொண்டு போகச் சொன்னது?'

'இல்லை, அவசரமாக மருந்துகள் வாங்க வேண்டியிருந்தது.'

'உனக்கு மட்டும்தான் அவசரமா? உனக்கு மட்டும்தான் குழந்தை இருக்கிறதா? மற்றவர்கள் எல்லாம் எப்படி மருந்து வாங்க போகிறார்கள் என்று நீ பார்த்ததில்லையா?'

'எனக்குத் தெரியும் சே. நமது கார் உபயோகப்படுத்தப்படாமல்தான் இருந்தது, அதனால்தான் அவசரப்பட்டுவிட்டேன்.'

'என்னது நமது காரா? யார் சொன்னது இது நமது கார் என்று? மக்கள் வரிப்பணத்தில் வாங்கிய வாகனம் இது. இதில் இருக்கும் எரிபொருள் மக்களுடைய பணத்தில் வாங்கப்பட்டது.'

ஆயிரம் முறை அலெய்டா மன்னிப்புக் கேட்ட பிறகே, சே கத்துவதை நிறுத்திக் கொண்டார்.

•

அமெரிக்காவிடமிருந்து ஒரு துண்டு ஆஸ்பரின் கூட வரவில்லை. ஆனால், அதற்காக க்யூபர்கள் சோர்ந்துவிடவில்லை. கல்விப் புரட்சி நடந்து கொண்டிருக்கும் போதே, மருத்துவப் புரட்சியும் தொடங்கி விட்டது. முறையான மருத்துவ வசதி என்றால் என்ன என்றே அறிந்திராத மக்களுக்காக கொத்துக் கொத்தாக மருத்துவமனைகள் கட்டப்பட்டன. ஒரு குழந்தை அதன் தாயின் வயிற்றில் உருவாகும் போதே அதன் உடல்நலனைக் காக்கும் முயற்சிகள் தொடங்கப்பட்டன. அத்தியாவசிய மருந்துகள்கூட மறுக்கப்பட்ட நிலையில்

மருத்துவத்துறை நான்குகால் பாய்ச்சலில் முன்னேறியது. புரட்சிக்கு முன்னர் க்யூபர்களின் சராசரி ஆயுட்காலம் ஐம்பத்தைந்து ஆண்டுகள். இது எழுபத்தைந்து ஆண்டுகளாக உயர்ந்தது புரட்சிக்குப் பிறகுதான்.

●

க்யூபா இனி அவ்வளவுதான் என்று கனவு கண்டுகொண்டிருந்த அமெரிக்காவின் முகத்தில் அட்டை கரி.

அடுத்து என்ன செய்வது? சி.ஐ.ஏ. அதிகாரிகளுடன் அடுத்தகட்ட விவாதத்தைத் தொடங்கினார் கென்னடி. ஒவ்வொரு அதிகாரியும் ஒவ்வொரு விதமான அச்சத்தை வெளிப்படுத்தினார்கள். காஸ்ட்ரோவையும் சே குவேராவையும் ஏதாவது செய்தே ஆகவேண்டும் என்பதே அனைவரது விருப்பமாக இருந்தது. ஆனால் இந்த 'ஏதாவது' என்பதுதான் பிரச்னையே.

ஆள் வைத்து மிரட்டியாகிவிட்டது. வேண்டிய அளவுக்குப் பிரசாரம் செய்தாகிவிட்டது. பாடிஸ்டாவின் பழைய நண்பர்களைத் தேடிப் பிடித்து அவர்கள் மூலம் காய் நகர்த்திப் பார்த்தாகிவிட்டது. எதுவும் பலிக்கவில்லை.

'வேறு ஏதாவது செய்யவேண்டும்!' என்றார் கென்னடி. இப்போதைக்குச் செய்யாமல் விட்டது வெளிப்படையான தாக்குதல் மட்டுமே.

'க்யூபாவின் ஆயுத பலத்தைத் தெரிந்து கொள்ள விரும்புகிறேன்' என்றார் கென்னடி.

உடனடியாகப் பட்டியல் சமர்ப்பிக்கப்பட்டது. சோவியத் டாங்கிகள், கனரக ஆயுதங்கள், பீரங்கிகள், M-26 வகை வெடிகுண்டுகள், ஹாக்கர் சீ ஃப்யூரி (Hawker Sea Fury) என்னும் குண்டுபொழியும் விமானம், T-33 ஜெட் விமானங்கள், இன்னபிற.

'சோவியத்தின் உதவியால்தான் க்யூபா தனது படைப்பலத்தைப் பெருக்கிக் கொண்டிருக்கிறது. இனியும் தாமதிக்கக் கூடாது. க்யூபா மீது ஆயுதத் தாக்குதல் நடத்த வேண்டும். உடனடியாக!'

தாக்குதலை எப்படித் தொடங்கலாம் என்று பேசினார்கள். பட்டவர்த்தனமாக ஒரு நாட்டின் மீது திடீரென்று தாக்குதல் தொடர முடியாது. இல்லையா? ஓர் உபாயம் கண்டுபிடித்தார்கள். முதல் கட்டமாக, புரட்சிக்குழுவின் சர்வாதிகார ஆட்சியை கவிழ்க்க விரும்பும் மக்களை அமெரிக்காவின் பக்கம் ஈர்க்கவேண்டும். அடுத்த கட்டமாக, ஒருங்கிணைக்கப்பட்ட க்யூபர்களிடம் ஆயுதங்களைக் கொடுத்து, க்யூபாவுக்கு அனுப்பி அங்கு கலகத்தைத் தூண்டிவிட வேண்டும்.

கலவரம் உள்நாட்டுப் போராக வெடிக்க வேண்டும். காஸ்ட்ரோவும் சே குவேராவும் க்யூபாவை விட்டு வெளியேறி ஓடவேண்டும். திட்டத்துக்குத் தோதான இடமாக பிக் வளைகுடா (Bay of Pigs) தேர்ந்தெடுக்கப்பட்டது.

ஏப்ரல் 15, 1961. மூன்று டௌக்ளஸ் B-26 வகை விமானங்கள் சீறிப் பாய்ந்து சான் அண்டோனியோ லாஸ் பானோஸ் என்னும் பகுதியில் சரமாரியாகக் குண்டுகளைப் பொழியத் தொடங்கியது. க்யூபர்கள் சந்தேகிக்கக்கூடாது என்பதற்காக, இந்த விமானங்கள் க்யூப அமைப்பின் பெயரைத் தாங்கிக் கொண்டிருந்தது. அடுத்தடுத்து, அன்டோனியோ மாகோ சர்வதேச விமான நிலையம், சியூதாத் லிபர்தாட் போன்ற பகுதிகளிலும் வான்வழித் தாக்குதல் தொடங்கப் பட்டது.

அமெரிக்காவின் இலக்கு பிக் வளைகுடா. இந்த இலக்கை அடைவதற்கு முன்னால் க்யூப விமானப் படைகளை முற்றிலுமாக ஒழித்துக் கட்ட வேண்டும். விமானங்கள் தயார். ஆள்கள் தயார். ஆனால் ஆச்சரியம். க்யூப விமானங்களைப் பார்க்கவே முடியவில்லை. சுத்தமாகத் துடைத்து வைத்ததைப் போல் காட்சியளித்தது விமான நிலையம்.

ஏப்ரல் 17. பிக் வளைகுடா. சுமார் 1500 கிளர்ச்சிக்காரர்கள் அமெரிக்கா அளித்த ஆயுதங்களைச் சுமந்தபடி வந்து குவிந்தனர். அவர்களுடைய இலக்கு ஹவானா. அதற்கு முன்னால் புரட்சி அரசாங்கத்தை வெறுக்கும் க்யூபர்களை ஒன்றுதிரட்ட வேண்டும். 'பெரும்பாலான க்யூபர்களுக்கு காஸ்ட்ரோவையும் சேவையும் பிடிக்காது. ஆகவே, தைரியமாக மக்களிடம் பேசுங்கள். அரசாங்கத்தைக் கவிழ்க்க நிச்சயம் அவர்கள் உதவுவார்கள்' வெற்றி திலகம் இடாத குறையாக சி.ஐ.ஏ. அவர்களை அனுப்பி வைத்திருந்தது.

தைரியமாக மக்களை அணுகி பேசினார்கள். 'அமெரிக்காவில் இருந்து வருகிறோம். அரசாங்கத்தைக் கவிழ்த்துவிட்டு, உங்கள் அத்தனைப் பேரையும் விடுவிக்கப் போகிறோம். எங்களுக்கு உதவத் தயாரா?'

'அப்படியா? ரொம்பவும் சந்தோஷம், எங்களுடன் வாருங்கள்.'

மக்கள் அவர்களைப் பிடித்துக்கொண்டு போய் ஒப்படைத்த இடம் காவல் நிலையம்.

அமெரிக்காவால் நம்ப முடியவில்லை! நன்றாக யோசித்து செயல் படுத்த நினைத்தத் திட்டம், படுதோல்வியடைந்துவிட்டது. க்யூபாவில் மிகப் பெரிய உள்நாட்டுப் போர் வெடிக்கும் என்று ஆசை ஆசையாக எதிர்பார்த்தவர்களுக்குப் பலத்த ஏமாற்றம். விமான நிலையத்தில் க்யூப

விமானங்களைக் காணவில்லை. பொருளாதாரத் தடைகளால் பாதிப் படைந்திருக்கும் க்யூபர்கள், தம் பக்கம் சாய்வார்கள் என்று நினைத்தது வீண் போய் விட்டது. அமெரிக்காவின் தன்மானத்துக்கு ஏற்பட்ட ஆறாத காயம். கென்னடியால் இந்தத் தோல்வியை ஒப்புக் கொள்ளவே முடியவில்லை.

சரி, கடுகு அளவுக்கே இருக்கும் க்யூபா, அமெரிக்காவை வெற்றிக் கொண்டது எப்படி? இரண்டு காரணங்கள். ஒன்று, காஸ்ட்ரோவின் சமயோசிதம். அமெரிக்காவின் திட்டத்தை அவர் முன்னரே மோப்பம் பிடித்திருந்தார். துரித வேகத்தில் க்யூப ராணுவத்தைத் திரட்டி, பதிலடி கொடுக்க அவரால் முடிந்தது. இரண்டாவது காரணம், சே குவேரா. க்யூப ராணுவத்துக்குத் தகுந்த பயிற்சி அளித்து, பலப்படுத்தி வைத்திருந்தது அவர்தான். ஆனால், பிக் வளைகுடா போரில் அவரால் பங்கெடுத்துக் கொள்ள முடியவில்லை. காரணம், ஒரு சிறிய விபத்து. துப்பாக்கியை கையில் வைத்துக் கொண்டே ஏதோ பேசிக் கொண்டிருந்தார். பேச்சு சுவாரஸ்யத்தில் துப்பாக்கி கை நழுவி கீழே விழவும் அதன் விசை தன்னிச்சையாக இயங்கவும் சரியாக இருந்தது. சேவின் கன்னத்தில் குண்டு பாய்ந்தது. பெரிதாக எந்தச் சேதமும் இல்லை. ஆனால், அடுத்த இருபத்து நாலு மணி நேரத்தை மருத்துவ மனையில் அவர் கழிக்க வேண்டியிருந்தது.

அமெரிக்காவின் திட்டத்தை முறியடித்து விட்டதில் சேவுக்குப் பரம திருப்தி. பின்னர், ஒரு பொதுக் கூட்டத்தில் உரையாடும் போது, பிக் வளைகுடாவில் கிடைத்த வெற்றி எத்தகைய முக்கியத்துவம் வாய்ந்தது என்பதை அழுத்தம் திருத்தமாகப் பதிவு செய்தார்.

'அனைத்து ஏகாதிபத்தியவாதிகளும் நம்மை வெறுக்கிறார்கள். நமது பெருமையின் அடிப்படையாக இது இருக்கவேண்டும். அவர்கள் நம்மைக் கண்டு பயப்படுகிறார்கள். நம்மை வெறுக்கிறார்கள். க்யூபப் புரட்சி, திருவாளர் கென்னடிக்கு ஒரு கடுமையான தொந்தரவு அளிக்கும் கட்டியாக மாறி இருக்கிறது. அது அவரைத் தூங்க விடுவதில்லை. இங்கிருந்தவர்களுக்கு ஏற்பட்ட கதியைப் போன்று தங்களுக்கும் வருங்காலத்தில் ஏற்படும் என்பதை அனைத்து லத்தீன் அமெரிக்கப் பொம்மை அரசர்களும் உணர்ந்துள்ளனர்.'

●

பிக் வளைகுடாத் தாக்குதல் தோல்விக்குப் பிறகு, அமெரிக்கா நிச்சயம் க்யூபா மீது மற்றொரு போர் தொடுக்கும் என்று காஸ்ட்ரோவுக்கும் சேவுக்கும் தெரியும். சோவியத்துக்கும் இது தெரிந்திருந்தது. தனது நட்பு நாடான க்யூபாவைக் காப்பாற்ற விரும்பியது சோவியத். அதற்கு ஓர்

உபாயத்தையும் கண்டுபிடித்தது சோவியத். அமெரிக்காவைச் சமாளிக்க வேண்டுமானால் ஆயுதங்கள் அவசியம். எனவே, க்யூபாவில் புத்தம் புதிதாகச் சில ஏவுகணைத் தளங்களை உருவாக்க வேண்டும். எல்லாமே SAM (Surface to Air Missile) என்னும் தரையிலிருந்து தாக்கும் ஏவுகணைகளைப் பரிசோதித்துப் பார்க்கும் தளங்கள். க்யூபாவில் இருந்தபடியே சோவியத் ஆராய்ச்சியாளர்கள் பரிசோதனையைத் தொடருவார்கள். இதனால் க்யூபாவுக்கும் லாபம், சோவியத்துக்கும் லாபம்.

க்யூபாவுக்கு எப்படி லாபம்? க்யூபாவில் ஏவுகணைப் பரிசோதனைகள் நடைபெறுகிறது என்று தெரிந்தால் அமெரிக்கா அவசரப்பட்டு மீண்டும் போர் தொடுக்காது. சோவியத்துக்கும் இதில் லாபம்தான். தன்னையும் பலப்படுத்திக்கொள்ள வேண்டிய நிர்ப்பந்தம் சோவியத்துக்கு இருந்தது. காரணம், அமெரிக்காவுடனான ஆயுதப் போட்டி.

ரஷ்ய ஏவுகணைகளை க்யூபாவில் வைத்திருக்க வேண்டுமா, வேண்டாமா என்பது குறித்து, சே குவேராவுக்கும் காஸ்ட்ரோவுக்கும் இடையே விவாதங்கள் எழுந்தன.

'சோவியத்தின் உதவி நமக்கு நிச்சயம் தேவை ஃபிடல், எனவே அவர்களது பரிசோதனைகளுக்கு நாம் தடையாக இருக்கக்கூடாது.'

'சோவியத்தின் உதவி தேவை என்பதை நான் மறுக்கவில்லை. ஆனால், அவர்கள் நம் மண்ணில் பரிசோதனைச் செய்வது, இப்போதைக்கு அநாவசியமாக எனக்குப் படுகிறது.'

'ஏன் அப்படிச் சொல்கிறீர்கள்? அமெரிக்காவுக்குச் சிறிது பூச்சாண்டி காட்ட வேண்டாமா?'

'இல்லை சே, இது நம்மைப் பிரச்னையில் கொண்டு போய் தள்ளும் என்று எனக்குத் தோன்றுகிறது.'

'எனக்கு அப்படித் தோன்றவில்லை. சோவியத் மீது எனக்கு அசாத்திய நம்பிக்கை இருக்கிறது ஃபிடல். குருஷேவ் நம்மை ஏமாற்ற மாட்டார்.'

'எப்படியும் சோவியத் நமக்கு அந்த ஏவுகணைகளைத் தரப் போவதில்லை. வெறுமனே அவற்றை வைத்துக் கொள்வதற்கு மட்டும் க்யூபாவை உபயோகப்படுத்திக் கொள்கிறது. இதனால் நமக்கு எந்தப் பயனும் இல்லை. அமெரிக்கா இந்த விவகாரத்தை முன்னரே கவனித்து விட்டால் தேவையற்ற பிரச்னைகள் வெடிக்கும்.'

அப்படித்தான் நடந்தது.

செப்டம்பர் 1962 அன்று அமெரிக்க உளவாளிகள் ஓர் உறுத்தலான விஷயத்தைக் கண்டுபிடித்தனர். க்யூபாவுக்குள் நுழையும் சோவியத்

சே குவேரா: வேண்டும் விடுதலை! 115

கப்பல்களின் எண்ணிக்கை அதிகரித்துக் கொண்டே போனது அவர்களை உறுத்திய2து. இது விவகாரமான விஷயம்தான் என்று முடிவு செய்த அமெரிக்கா அலறியடித்துக் கொண்டு தனது உளவு விமானங்களை க்யூபாவுக்கு அனுப்பியது.

க்யூபாவைச் சல்லடையாகச் சலித்த இந்த விமானங்கள், சந்தேகத்திற்கிடமான சில பகுதிகளை புகைப்படம் எடுத்து அனுப்பியது. அந்தப் புகைப்படங்களைப் பார்த்த அமெரிக்காவால் வாய்விட்டு அலறாமல் இருக்க முடியவில்லை.

சி.ஐ.ஏ. புள்ளிவிவரங்களை அடுக்கியது. 'சோவியத்தும் க்யூபாவும் கைகோத்துக் கொண்டு பெரிய அளவில் ஏதோ செய்ய திட்டமிட்டிருக்கிறார்கள். இத்தனைக்கும் காரணம் சே குவேரா. ஆரம்பம் முதலே இவர் ஒரு சோவியத் அனுதாபி. இவருடைய முயற்சிகளால்தான் சோவியத் - க்யூபா நல்லுறவு இந்த அளவுக்கு வளர்ந்திருக்கிறது.'

ஏப்ரல் 22. க்யூபாவில் ரகசியமாக ஒளித்து வைக்கப்பட்டுள்ள ஏவுகணைகளைக் கண்டுபிடித்து விட்டோம் என்று அறிவித்தது அமெரிக்கா. க்யூபாவிலிருந்து ஏவுகணைச் செலுத்தப்பட்டால் அது அமெரிக்காவுக்கு எதிரான போராக எடுத்துக் கொள்ளப்படும் என்று எச்சரித்தது. சோவியத் உடனடியாக அனைத்து ஏவுகணைகளையும் திரும்பப் பெற்றுக் கொள்ள வேண்டும் என்று உத்தரவிட்டது.

அக்டோபர் 27. க்யூபா மீது பகிரங்கத் தாக்குதல் தொடுக்கப் போவதாக கென்னடி அறிவித்தார். ஒரு லட்சத்து எண்பதாயிரம் படை வீரர்கள் தயார் நிலையில் நிறுத்தப்பட்டனர். மறுநாள், அதாவது, அக்டோபர் 28 அன்று குருஷேவ் ரேடியோ மாஸ்கோவில் ஓர் அறிவிப்பை வெளியிட்டார். க்யூபாவிலிருந்து ஏவுகணைகளை உடனடியாக விலக்கிக் கொள்வதற்கு ஒப்புதல் அளிப்பதாகத் தெரிவித்தார். சோவியத்தும் அமெரிக்காவும் சில தீர்மானங்களுக்கு வந்தன. க்யூபா மீது தாக்குதல் நடத்த மாட்டோம் என்று அமெரிக்கா உறுதியளித்தது.

அமெரிக்கா மிரட்டியவுடன் சோவியத் பணிந்து போனது காஸ்ட்ரோவுக்கும் சேவுக்கும் பயங்கர அதிர்ச்சியை ஏற்படுத்தியது. சோவியத் அமெரிக்காவுடன் செய்துகொண்ட ஒப்பந்தம் பற்றி காஸ்ட்ரோவும் சேவும் வானொலியில் கேட்டுத்தான் தெரிந்து கொண்டனர். காஸ்ட்ரோவைவிட அதிக ஏமாற்றத்துக்குள்ளானது சேதான்.

சே ஆத்திரத்தில் இருப்பார் என்று குருஷேவுக்குத் தெரியும். அவரைச் சமாதானப்படுத்த மிக்கோயனை க்யூபாவுக்கு அனுப்பி வைத்தார். விடுவாரா சே? மிக்கோயனைப் பிடித்து உலுக்கி எடுத்து விட்டார்.

'எங்களைப் பார்த்தால் உங்களுக்கு எப்படி இருக்கிறது? நீங்களாகவே நினைத்தால் ஏவுகணைகளைக் கொண்டு வந்து வைப்பீர்கள். பிறகு, நீங்களாகவே அவற்றைக் கொண்டு போய் விடுவீர்கள். க்யூபாவை என்னவென்று நினைத்தீர்கள்?'

'அது வந்து சே... க்யூபாவின் நலனுக்காகத்தான்...'

'க்யூபாவின் நலனா? க்யூபாவின் நலன்தான் முக்கியம் என்று நீங்கள் நினைத்திருந்தால், அமெரிக்காவுக்கு இப்படிப் பயந்திருக்க மாட்டீர்கள்.'

'க்யூபா அழிக்கப்படக் கூடாது என்பதற்காகத்தான் நாங்கள் பின்வாங்கினோம்.'

'இதோ பாருங்கள் மிக்கோயன். சோவியத் மீது எனக்கு மிகுந்த மரியாதையும் அபிமானமும் உண்டு. ஆனால் நீங்கள் செய்த காரியத்தின் விளைவுகள் என்ன என்று உங்களுக்குத் தெரியுமா? க்யூபாவில் மட்டுமல்ல, எந்தவொரு லத்தீன் அமெரிக்க நாட்டிலும் இனி ஆயுத பரிசோதனைச் செய்ய முடியாது. அமெரிக்கா தொடர்ந்து லத்தீன் அமெரிக்காவை அச்சுறுத்திக் கொண்டே இருக்கும்.'

'நீங்கள் சொல்வது எனக்குப் புரிகிறது சே, ஆனால்...'

'இல்லை உங்களுக்குப் புரியவில்லை. க்யூபாவுக்குக் கிடைத்த வெற்றியைப் பயன்படுத்தி பிற லத்தீன் அமெரிக்க நாடுகளிலும் புரட்சியின் விதைகளைத் தூவ நாங்கள் முயன்று கொண்டிருந்தோம். நீங்கள் எங்கள் எண்ணங்களை அழித்துவிட்டீர்கள். நீங்கள் ஆயிரம் சமாதானம் சொன்னாலும், உண்மை இதுதான்.'

மிக்கோயனை சே கடிந்து கொண்டதற்குக் காரணம், சோவியத் மீது சேவுக்கு இருந்த அசைக்க முடியாத நம்பிக்கை. இது மிக்கோயனுக்கும் தெரியும். அதனால்தான் அவர் ஒரு வார்த்தையும் எதிர்த்துப் பேசவில்லை.

8. 'விடைகோடு க்யூபா!'

1962-ல் தன் முதல் மகனைப் பெற்றெடுத்தார் அலெய்டா. சியர்ரா மிஸ்த்ரா போரில் போராடி மரித்த காமிலோ என்பவரது பெயரைத் தன் மகனுக்குச் சூட்டினார் சே. 1963-ல் ஸெலியா பிறந்தார். எந்த வித ஆடம்பரமும் இல்லாத ஒரு சாதாரண, அமைதியான வீட்டில் சேவும் அலெய்டாவும் தம் குழந்தைகளுடன் தங்கியிருந்தனர். ஒரு ஜெர்மன் ஷெப்பர்ட் நாயை அவர்கள் வளர்த்து வந்ததாகவும், அந்த நாய் அச் சுறுத்தும் தோற்றத்துடன் இருந்ததாகவும் அவரது பக்கத்து வீட்டுக்காரர் நினைவு கூர்கிறார்.

வீட்டில் தங்கியிருந்த பொழுதில் சே அதிக நேரம் செல விட்டது எழுதுவதிலும் படிப்பதிலும் தான். வீடு முழு வதும் புத்தகங்களும், அரசாங்க ஆவணங்களும் நிரம்பி யிருக்கும். சாய்வு நாற்காலியில் அமர்ந்துகொண்டு எதையாவது எழுதிக்கொண்டே இருப்பார். கடிதங்கள், கட்டுரைகள், நாள் குறிப்புகள். ஏதாவது ஒன்று.

பிற க்யூபப் பெண்களைப் போலவே அலெய்டாவும் ஒரு க்யூபப் பெண். அவ்வளவே. அரசாங்க பெரும் புள்ளியின் மனைவி என்ற எண்ணம் அவரிடம் துளியும் இருந்தது கிடையாது. நீண்ட க்யூவில் நின்று வீட்டுச் சாமான்கள் வாங்குவார். பேருந்தில்தான் போவார்.

பிக் வளைகுடா வெற்றி, ரஷ்ய ஏவுகணை விவகாரம் ஏற்படுத்திய தர்ம சங்கடம், இரண்டையும் கடந்து முன்னேறிக் கொண்டிருந்தது க்யூபா. லத்தீன் அமெரிக்க நாடுகளிலேயே பலம் பொருந்திய,

எந்தவித புற அச்சுறுத்தலுக்கும் உள்ளாகாத ஒரு நாடாக க்யூபா திகழ்ந்தது.

சே தனது தாய்நாடான அர்ஜெண்டைனாவைப் பற்றி தீவிரமாகச் சிந்தித்துக் கொண்டிருந்தார். க்யூபாவில் நடந்ததைப் போன்ற ஓர் ஆயுதப் புரட்சி, அர்ஜெண்டைனாவிலும் நடக்க வேண்டும் என்று அவர் விரும்பினார். அங்குள்ள அரசியல் சக்திகளையும், மக்கள் சக்தியையும் ஒன்று படுத்தினால்தான், இது சாத்தியம் என்று அவருக்குத் தெரியும். இதை அடைவதற்கு எத்தனைக் கடுமையாகப் போராட வேண்டும் என்பதும் அவருக்குத் தெரியும்.

அர்ஜெண்டைனாவை மட்டும் விடுவித்தால் போதுமா? பொலிவியா? கௌதமாலா? வெனிசூலா? ஒட்டுமொத்த லத்தீன் அமெரிக்காவும் அல்லவா விடுவிக்கப்பட வேண்டும்? ஏகாதிபத்தியத்தின் வாசனைக் கூட இந்நாடுகளில் இல்லாமல் செய்ய வேண்டும் அல்லவா? லத்தீன் அமெரிக்காவைச் சுருட்டி மடக்கிக் கொள்ளலாம் என்று கனவு கண்டு கொண்டிருக்கும் அமெரிக்காவின் முகத்தை அட்டைக் கரி பூச வேண்டாமா?

சரி, லத்தீன் அமெரிக்கா சுதந்தரம் அடைந்தால் மட்டும் போதுமா? ஆப்பிரிக்கா என்ன பாவம் செய்தது? அல்ஜீரியா? சே கவலையுடன் தன் இருக்கையில் அமர்ந்து எழுதிக் கொண்டு இருந்தார்.

'செய்தே ஆக வேண்டிய காரியங்கள் இன்னமும் நிறைய இருக்கின்றன.'

●

அல்ஜீரியா ஒரு நெருக்கடியைச் சந்திக்க வேண்டியிருந்தது. அல்ஜீரியாவின் அண்டை நாடான மொராக்கோ, அல்ஜீரியா மீது போர் தொடுத்தது. மொராக்கோவுக்கு ஆதரவாகப் பிரெஞ்சு மற்றும் அமெரிக்க உளவுத் துறை களத்தில் குதித்தது. இதற்குப் பின்னால் உள்ள சூட்சுமத்தை சே உடனே புரிந்து கொண்டார். தன்னந்தனியாக விடப்பட்ட அல்ஜீரியாவுக்கு ஆதரவு அளிப்பது தம் கடமை என்று அவர் உணர்ந்தார். காஸ்ட்ரோவிடம் பேசினார் சே. அல்ஜீரியாவுக்கு உதவ காஸ்ட்ரோ ஒப்புக்கொண்டார்.

எண்ணூறு பேரைக் கொண்ட படைப்பிரிவையும், எழுபது டாங்கிகளையும் ஏராளமான ஆயுதங்களையும் அல்ஜீரியாவுக்கு அனுப்பி வைத்தது க்யூபா. அல்ஜீரியா வெற்றி பெற்றது. தம்மிடமிருந்த ஆயுதங்களை அல்ஜீரிய ராணுவத்திடம் ஒப்படைத்து விட்டு, அல்ஜீரிய வீரர்களுக்குப் போதிய ராணுவப் பயிற்சியும் அளித்த பின்னரே க்யூப ராணுவம் ஹவானா திரும்பியது.

அமெரிக்கா அதிர்ந்து போனது. சி.ஐ.ஏ. அதிகாரிகள் ஒன்று கூடினர். 'இன்றைக்கு அல்ஜீரியா. நாளைக்கு வெனிசூலா. இப்படியே நாம் ஒவ்வொரு நாடாக இழந்துக் கொண்டிருக்கப் போகிறோம். இத்தனைக்கும் காரணம் சே குவேரா. அவரைப் பற்றிய அத்தனை விவரங்களும் உடனடியாகக் கொண்டு வாருங்கள்.'

1964 ஆகஸ்டில் சே குறித்த தனது ரகசிய உளவு ஆவணத்தைச் சமர்ப்பித்தது சி.ஐ.ஏ. அந்த ஆவணத்தின் சாராம்சம் இதுதான்.

'சே குவேரா தீவிர அமெரிக்க எதிர்ப்பாளர். ஃபிடல் காஸ்ட்ரோவின் சக்தி வாய்ந்த ஆலோசகராக இருக்கிறார். பொருளாதாரத்தில் ஆதிக்கம் செலுத்துகிறார். விவசாய மேம்பாட்டுக்காக ஏதேதோ செய்கிறார். நிலங்களை தேசியமயமாக்கியது இவர்தான். க்யூபா சோவியத்தோடு உறவு கொண்டதற்கு இவர்தான் காரணம்.'

சே குவேராவைப் பார்த்து அமெரிக்கா எந்த அளவுக்கு அலறி யிருக்கிறது என்பதற்கு இந்த ஆவணம் ஒரு முக்கிய சாட்சி.

'லத்தீன் அமெரிக்கா முழுவதும் புரட்சியை பரவச் செய்வதே இவருடைய லட்சியம். அதற்காகத் தீவிரமாகப் பிரசாரம் செய்து வருகிறார். மாணவர் பருவத்திலிருந்தே ஒரு கம்யூனிஸ்ட் ஆதரவாளராக இருந்திருக்கிறார். கௌதமாலாவில் அர்பென்ஸ் அரசாங்கம் கவிழ்க்கப் பட்டதற்காக அமெரிக்காவை இவர் குற்றம் சாட்டியிருக்கிறார்.

க்யூபாவில் இவருடைய ஆதிக்கம் கொடிக் கட்டிப் பறக்கிறது. யாரை வேண்டுமானாலும் கைது செய்து, யாருக்கு வேண்டுமனாலும் தண்டனை அளிக்கும் உரிமை இவருக்கு உண்டு. சாதாரண க்யூபர் களைப் போராளிகளாக மாற்றியது இவர்தான்.

தனியார் மூலதனத்தை ஒழித்துக் கட்டியவர் சே குவேரா. இறக்குமதி களை வெகுவாகக் குறைத்திருக்கிறார். இதனால் டாலரின் நடமாட்டம் கட்டுப்படுத்தப்பட்டிருக்கிறது. உயர்தர மற்றும் நடுத்தர வர்க்கத்தைச் சார்ந்தவர்கள் மீது பலமான வரியை விதிக்கிறார். தொழிலாளர்களை அரவணைத்துக் கொள்கிறார்.'

●

நவம்பர் 1964-ல் மீண்டும் ஒரு சுற்றுப் பயணத்துக்குத் தயார் ஆகிறார் சே. ரஷ்யப் புரட்சியின் ஆண்டு விழாவில், க்யூபப் பிரதிநிதியாகக் கலந்துகொள்ள சேவுக்கு அழைப்பு வருகிறது. குருஷேவ் அப்போது ஆட்சியிலிருந்து அகற்றப்பட்டிருந்தார். அவர் இடத்தில் பிரெஷ்னெவ், அலெக்ஸேய் கோஸிஜின், நிக்கொலாய் போத்கோர்னி ஆகிய மூவரும் அமர்த்தப்பட்டிருந்தனர். ஏவுகணை விவகாரத்துக்குப் பிறகு, சேவின்

சோவியத் ஆர்வம் சற்றுக் குறைந்து போயிருந்தாலும் அவர் இந் நிகழ்ச்சியில் பங்கேற்றுக் கொண்டார்.

சேவின் அமெரிக்க எதிர்ப்பு உணர்வு ஒவ்வொரு நாளும் அதிகரித்துக் கொண்டே போனது. லத்தீன் அமெரிக்கா மட்டுமல்லாமல், உலகெங்கும் அமெரிக்கா தனது ஏகாதிபத்திய வலையை விரித்து வைத்துள்ளதைக் கண்டு அவர் கொதித்துப்போனார். இந்தப் பயணங்கள் முழுவதிலும் அவர் தன் நண்பர்களிடம் திரும்பத் திரும்பக் கூறியது இதைத்தான். ‘அவர்களை வெறுப்பதைத் தவிர, வேறு வழி இல்லை. அவர்களை அழித்தொழிப்பதை விடச் சிறந்த வழிமுறை வேறெதுவுமில்லை.’

ஐக்கிய நாடுகள் சபைக்கான க்யூபத் தூதுவராகப் பொறுப்பேற்றுக் கொண்டு மியாமி வந்தார் சே. சே வந்திருக்கிறார் என்று தெரிந்ததுமே அமெரிக்கா சுறுசுறுப்பாகி விட்டது. மொத்தம் எட்டு நாள்கள் அவர் அமெரிக்காவில் தங்கியிருந்தார். பழைய நண்பர்களைச் சந்தித்தார். சேவைச் சந்திக்கும் ஆர்வத்துடன் பல பத்திரிகையாளர்களும், பொது மக்களும் கூடினர். ஒரு வரலாற்று நாயகனுக்கு அளிக்கப்படும் வர வேற்பு அவருக்கு அளிக்கப்பட்டது. அமெரிக்க அரசாங்கத்தால் அல்ல. அமெரிக்கர்களால்.

சேவிடம் கேட்பதற்கு அமெரிக்கர்களிடம் நிறைய கேள்விகள் இருந்தன. க்யூபப் புரட்சி பற்றி; க்யூபாவின் முன்னேற்றம் பற்றி; பொருளாதாரத் தடைகள் பற்றி; சோவியத்துடனான உறவு பற்றி. சே பொறுமையாக அவர்களிடம் பேசினார். அவர்களது சந்தேகங்களை நிவர்த்தி செய்தார்.

ஐ.நா.சபையில் அவருக்கு உற்சாக வரவேற்பு அளிக்கப்பட்டது. அவரது உரையை அனைவரும் உன்னிப்பாகக் கவனித்தனர். அமெரிக்காவில் நின்றுகொண்டு அமெரிக்காவை அவர் பகிரங்கமாகக் கண்டனம் செய்தார். லத்தீன் அமெரிக்காவை அமெரிக்கர்கள் அவர்களது கைப்பாவையாக மாற்றிக் கொள்ளத் துடிக்கிறார்கள் என்ற குற்றச்சாட்டை சபையில் உரக்கப் படித்தார்.

டிசம்பர் 9 அன்று நியூயார்க் சென்றார். அவரது உரையைக் கேட்ட அமெரிக்கர்கள் சிலிர்த்துக் கொண்டனர். ‘நான் ஒரு க்யூபன். நான் ஓர் அர்ஜென்டைன். நான் ஒரு லத்தீன் அமெரிக்க தேசபக்தன். லத்தீன் அமெரிக்க நாடுகளில் ஏதாவது ஒன்றின் விடுதலைக்கு எந்தப் பலனும் கேட்காமல், யாரையும் பலி கேட்காமல் நான் என்னையே தருவதற்குத் தயராக இருக்கிறேன்.’

அமெரிக்காவின் தண்டுவடம் ஜில்லிட்டுப் போனது. சே குவேராவின் முழு பரிணாமமும் அவர்களுக்கு அப்போதுதான் உரைத்தது. வாஷிங்டன் உடனடியாக சி.ஐ.ஏ.வுக்கு ஒரு உத்தரவைப் பிறப்பித்தது.

'சே குவேரா இயங்கிக் கொண்டிருக்கும் வரையில் நமக்கு அச்சுறுத்தல் நிச்சயம். சே அபாயகரமான மனிதன். ஆகவே, செய்ய வேண்டியதை உடனடியாகச் செய்யுங்கள்.'

●

சே, க்யூபாவிலிருந்து விலகிக் கொண்டிருந்தார். அவருக்கு வேறு வழி தெரியவில்லை. க்யூபாவில் அடைந்து கிடந்தால், தன் கனவு நிறைவேறாது என்று அவருக்குத் தெரியும்.

ஏகாதிபத்தியத்துக்கு எதிரான தனது போரைத் தன்னந்தனியாகத் தொடங்கினார் சே. தனது திட்டத்தை அவர் இப்படி வெளிப் படுத்துகிறார். 'உலகத்தின் ஒரு மூலையில் நடப்பது குறித்து என்னால் கவலைப்படாமல் இருக்க முடியாது. ஏகாதிபத்தியத்துக்கு எதிரான போரில் கிடைத்த சிறு வெற்றியானாலும் நம் அனைவரின் வெற்றி அது. அதுபோல, ஏகாதிபத்தியத்துக்கு எதிரான தோல்வியை எவர் அடைந்திருந்தாலும், அது நம் அனைவரின் தோல்வியாகும்.'

சே, க்யூபாவை விட்டு வெளியேறினார்.

●

சே போன பிறகு, க்யூபா இயல்பாக இல்லை என்பதை க்யூபர்கள் உடனடியாகப் புரிந்து கொண்டனர்.

சே எங்கே?

எல்லோருடைய மனத்திலும் இந்தக் கேள்விதான். அவர்கள் சேவைத் தொடர்ந்து கண்காணித்துக் கொண்டே இருப்பவர்கள். அவர் க்யூபாவில் இல்லை என்று தெரிந்ததுமே அந்த வெறுமை அவர்களை சங்கடப்படுத்தியது. சமீப காலங்களில் சே அதிகமாக சுற்றுப் பயணத்தில் ஈடுபட்டிருந்ததை அவர்கள் கவனிக்கத் தவறவில்லை. க்யூபாவிடமிருந்து அவர் பிரிந்து போகிறாரோ என்ற சந்தேகம் அப்போதே அவர்களிடம் தோன்றிவிட்டது. இப்போது அந்தச் சந்தேகம் உறுதியாகிவிட்டது. சே குவேராவை நேரில் பார்த்து மாதங்கள் ஆகிவிட்டன. அப்படியானால் அவர் எங்கே?

'சே சீனாவில் இருக்கிறார்.' லண்டனிலிருந்து வெளியாகும் ஈவினிங் போஸ்ட், சே குறித்த தனது செய்தியை இப்படி வெளியிட்டது. 'இல்லை இல்லை அவர் எங்கும் போகவில்லை, அவர் ஓய்வில் இருக்கிறார்' என்றது மற்றொரு பத்திரிகை. சே கௌதமாலா சென்றிருப்பதாக இன்னொரு புலனாய்வு ஏடு அறிவித்தது. 'இல்லை, அவர் வியட்நாமில் இருக்கிறார், நாங்கள் பார்த்தோம்' என்றது

மற்றொரு செய்தித்தாள். அர்ஜெண்டைனா, ஆப்பிரிக்கா, வெனிசூலா என்று ஒவ்வொருவரும் ஒவ்வொன்று கூறினார்கள்.

சே குவேராவைக் காணவில்லை என்ற செய்தி தெரிந்ததும் துள்ளிக் குதித்தது அமெரிக்கா. அடுத்தடுத்து மூன்று 'ஆதாரபூர்வமான' செய்தி களை அமெரிக்கா வெளியிட்டது. ஒன்று, 'சே கைது செய்யப்பட்டு விட்டார்'. இரண்டு, 'சே கொலை செய்யப்பட்டுவிட்டார்'. மூன்று, 'சே தலைமறைவாகிவிட்டார்.' ஏன்? 'க்யூப ரகசியங்களை அவர் பக்கத்து நாட்டுக்கு விற்றுவிட்டார். விஷயம் வெளியே கசிந்ததும், ஓடி ஒளிந்து விட்டார்.' அப்படி எந்த ரகசியங்களை அவர் விற்றார், யாரிடம் விற்றார் என்று அமெரிக்காவுக்குத் தெரியவில்லை. ஆனால் ஒன்றை மட்டும் தெளிவாகக் குறிப்பிட்டார்கள். 'ரகசியங்களை விற்றதால் அவருக்குக் கிடைத்த பணம் பத்து மில்லியன் டாலர்கள்.'

அமெரிக்காவின் அசட்டுப் பேச்சை ஒருவரும் நம்பவில்லை. ஆனாலும் சே எங்கே இருக்கிறார் என்ற விடையும் அவர்களுக்குக் கிடைக்கவில்லை. காஸ்ட்ரோவைத் தவிர, வேறு யாரிடம் இதற்கு விடை இருக்கும்? கும்பலாகச் சென்று காஸ்ட்ரோவைச் சந்தித்தனர் மக்கள்.

'ஃபிடல், ஒவ்வொருவரும் ஒவ்வொரு விதமாகப் பேசிக்கொண்டிருக் கிறார்கள். எங்களுக்குப் பயமாக இருக்கிறது. சே எங்கே?'

காஸ்ட்ரோ, அவர்களை தர்மசங்கடத்துடன் பார்த்தார்.

'அவர் எங்கே இருக்கிறார் என்று என்னாலும் கூறமுடியாது. ஆனால் ஒன்று நிச்சயம். அவர் ஆரோக்கியமாக இருக்கிறார். யாரும் பயப்பட வேண்டிய அவசியம் இல்லை.'

'அவரைப் பற்றிய தகவல்கள் எப்போது தெரியும்?'

'அவர் எப்போது விரும்புகிறாரோ அப்போது.'

மக்கள் சிறிது அமைதியடைந்தனர். ஆனால் அமெரிக்கா அசரவில்லை. தனது 'புலனாய்வு அறிக்கையை' தயார் செய்து வெளியிட்டது.

'ரொம்ப நாளாகவே காஸ்ட்ரோவுக்கும் சேவுக்கும் குடுமிப்பிடி தகராறு. பல விஷயங்களில் இவர்கள் இருவரும் வேறுபட்டனர். அதனால் வெறுப்படைந்த காஸ்ட்ரோ, எப்படியாவது சே குவேராவைக் கீழே இறக்கிவிட வேண்டும் என்று விரும்பினார். லத்தீன் அமெரிக்காவிலும் ஆப்பிரிக்காவிலும் புரட்சி ஏற்பட வேண்டும் என்பது சேவின் கனவு. ஆனால், காஸ்ட்ரோவுக்கு இது பிடிக்கவில்லை.

இவர்களுக்கிடையிலான முரண்பாடுகள் அதிகரித்துக் கொண்டே போயின.

பொருளாதார ரீதியாகப் பார்த்தாலும் சே அப்படி ஒன்றும் பிரமாதமாக எதையும் செய்துவிடவில்லை. சேவின் திட்டங்கள் க்யூபாவை அழிவுப் பாதைக்கு இட்டுச் சென்றன. சேவின் தவறுகளை காஸ்ட்ரோதான் சரிசெய்து கொண்டிருக்கிறார். க்யூபாவின் பொருளாதாரம் முன் எப்போதும் இல்லாதபடி இப்போது சரிந்திருக்கிறது என்றால் அதற்குக் காரணம் சே குவேராதான்.

மேற்கூறிய காரணங்களால், சே குவேராவைக் க்யூபாவிலிருந்து விரட்டியடிக்கும் நிலைக்கு காஸ்ட்ரோ தள்ளப்பட்டிருக்கிறார்.'

●

'அடுத்த புரட்சி இங்குதான் நடைபெற வேண்டும்.' காங்கோவில் உள்ள ஓர் அடர்ந்த காட்டுப் பகுதியில் தனக்குள் முணுமுணுத்தபடி நடந்துச் சென்று கொண்டிருந்தார் சே குவேரா. க்யூபாவைப் பற்றியும் குறிப்பாக, ஃபிடலைப் பற்றியும்தான் அவர் ஓயாமல் சிந்தித்துக் கொண்டிருந்தார்.

காஸ்ட்ரோவிடமிருந்து விடைபெற்றுக் கொண்ட நிகழ்ச்சியை அவரால் மறக்க முடியவில்லை. முதல் முதலாக மெக்ஸிகோவில் ஃபிடலைச் சந்தித்தத் தருணத்தைப் போலவே மறக்க முடியாது மற்றொரு தருணம் இது. முன்னது கிளர்ச்சியை ஏற்படுத்தக்கூடிய தருணம். பின்னது, வருத்தத்தை வரவழைக்கும் தருணம்.

'ஃபிடல், உங்களைவிட்டுப் பிரியும் நேரம் வந்துவிட்டது.'

காஸ்ட்ரோ ஒன்றும் பேசாமல் சேவை உற்றுப் பார்த்துக் கொண்டிருந்தார்.

'அவசியம் போகத்தான் வேண்டுமா?'

'ஆமாம் ஃபிடல்.'

'ம்.'

'நாம் முன்னரே இதுபற்றிப் பேசியிருக்கிறோம் அல்லவா? கிரான்மாவில் கால் பதிக்கும்போதே நான் உங்களிடம் இதற்கான வாக்குறுதியைப் பெற்றுவிட்டேன். நீங்கள் மறந்திருக்க மாட்டீர்கள் என்று நம்புகிறேன்.'

'இல்லை, நான் மறக்கவில்லை. சரி, எங்கே போகப் போகிறாய்?'

'எங்கே என்று தெரியவில்லை.'

‘தேவைப்படும் படை வீரர்களை நீ உன்னுடன் அழைத்துச் செல்லலாம். தவிரவும், உனக்கு எந்த உதவி வேண்டுமானாலும், என்னைத் தொடர்பு கொள்ளலாம்.’

சே, தலையசைத்தார்.

‘நான் உன்னை என்றைக்கும் மறக்க மாட்டேன் சே. நாங்கள் என்றென்றும் உங்களுக்கானவர்கள்.’

இருவருடைய மனத்தையும் புண்படுத்தும் பிரிவு இது. ஆனால் இந்தப் பிரிவு, தவிர்க்க இயலாதது. லத்தீன் அமெரிக்க நாடுகளையும் விடுதலை வேட்கைக் கொண்ட வேறு நாடுகளையும் விடுவிக்கும் கனவு, காஸ்ட்ரோவிடமும் இருந்தது. ஆனால், அவரால் க்யூபாவை விட்டு நகர முடியாது. ஆனால், சேவால் முடியும், முடிந்தது.

கிரான்மா பயணத்தின்போதே, சே காஸ்ட்ரோவிடம் தனது நிபந்தனையைக் கூறிவிட்டார். ‘புரட்சிப் படையுடன் இணைந்து போராடுவேன். க்யூபாவில் புரட்சி வெற்றி பெறும் வரை உங்களுடன் இருப்பேன். நல்லதொரு அரசாங்கம் அமைக்கப்பட்ட பிறகு, நான் க்யூபாவிலிருந்து வெளியேறிவிடுவேன். என்னால் ஒரு குறிப்பிட்ட இடத்தில் அடங்கிக் கிடக்க முடியாது. எனது பயணம் க்யூபாவோடு முடிந்துவிடாது.’

தனது பயணத்தைப் பற்றி காஸ்ட்ரோவிடம் முன்னரே சே சொல்லி விட்டார் என்றாலும் க்யூபாவிலிருந்து அவர் விடைபெறும்போது, காஸ்ட்ரோவை அவர் சந்திக்கவில்லை. அவரைச் சந்தித்து, போய் வருகிறேன் என்று சொல்லும் துணிவு அவரிடம் இல்லை. அதனால் காஸ்ட்ரோவுக்கு ஒரு கடிதத்தை எழுதிவிட்டு கிளம்பிவிட்டார்.

தன் நண்பர்களிடம் இது பற்றி அவர் விவாதிக்கவில்லை.

க்யூபாவிலிருந்து விடை பெறுவதற்காக, அவர் தன்னைத் தயார் செய்து கொண்டிருந்த போது, அலெக்சாண்டர் அலெக்ஸியேவ் என்பவர் அவரைத் தடுத்து நிறுத்தினார்.

‘சே, அவசர அவசரமாக எங்கே கிளம்பிக் கொண்டு இருக்கிறீர்கள்?’

‘ஓரியண்ட்டுக்குத்தான் போய் கொண்டிருக்கிறேன்.’

‘என்ன விசேஷம்?’

‘ஒன்றும் பெரிதாக இல்லை. கரும்பு வெட்டப் போகிறேன்.’

தனது தாய் ஸெலியாவுக்கு எழுதிய கடிதத்தில், அரசாங்கப் பொறுப்பி லிருந்து தாம் விலகப் போவதாகவும், அடுத்த ஒரு மாதத்தை கரும்பு

வெட்டுவதற்காகச் செலவிடப் போவதாகவும் தெரிவித்தார். தன்னைத் தேடி யாரும் க்யூபாவுக்கு வரவேண்டாம் என்றும் அவர் எழுதியிருந்தார். கூடவே, தனக்கு ஒரு மகன் பிறந்த சங்கதியையும் பேச்சு வாக்கில் சொல்லியிருந்தார்.

ஸெலியாவுக்கு ஒரே கோபம். ஏமாற்றமும் கூட. 'கரும்பு வெட்டுவதற்காகவா இவன் இத்தனைக் காலம் கஷ்டப்பட்டான்?' மே மாதத்தின் மத்தியில் ஸெலியாவின் உடல் நிலை மோசமடைந்தது. எப்படியாவது தன் மகனிடம் பேசிவிட மாட்டோமோ என்னும் ஏக்கத்தில் ஹவானாவைத் தொடர்பு கொண்டார். தொலைபேசியை எடுத்தது அலெய்டா.

'எர்னஸ்டோ இருக்கிறானா? அவனுடன் உடனடியாகப் பேசவேண்டும்.'

'சே க்யூபாவில்தான் இருக்கிறார். ஆனால் தொலைபேசியில் தொடர்பு கொள்ள முடியாது' என்றார் அலெய்டா.

இரண்டு நாள்களில் ஸெலியா இறந்து போனார்.

•

தனது பயணத்தில் தொடக்கப் புள்ளியாக காங்கோவை அவர் தேர்ந்தெடுத்ததற்குக் காரணம் இருந்தது. சர்வாதிகார ஆட்சிக்கு எதிராக அங்கு மக்கள் கிளர்ச்சியடைந்து போராடிக் கொண்டிருந்தனர். ஆப்பிரிக்க வரலாற்றில் மிக முக்கியமானதாகக் கருதப்பட்ட ஆயுத எழுச்சி, அப்போதுதான் நடைபெற்றிருந்தது. காங்கோவிலுள்ள விடுதலைப் போராளிகளுக்கு, ஆதர்சனமாகத் திகழ்ந்தவர் ஃபாட்ரிஸ் லுமும்பா. இவரது தலைமையின் கீழ் மக்கள் அரசாங்கத்துக்கு எதிராகத் திரண்டு கொண்டிருந்தனர்.

வழக்கம்போல் இவர்களது போராட்டம், தென் ஆப்பிரிக்க மற்றும் ரொடீஷிய கூலிப் படையினராலும் குறிப்பாக, அமெரிக்க விமானங்களாலும் சிதறடிக்கப்பட்டுக் கொண்டிருந்தது. விடுதலைப் போராட்டம் மழுங்கிப் போகும் நிலை ஏற்பட்டது. தவிரவும், ஃபாட்ரிஸ் லுமும்பா கொல்லப்பட்டது, போராட்டத்தில் பெரிய பின்னடைவை ஏற்படுத்தியது. பல்லாயிரக்கணக்கான காங்கோலியர்கள் கொத்துக் கொத்தாகக் கொல்லப்பட்டனர்.

காங்கோலியர்களுக்கு உதவி செய்யவும் அவர்களது விடுதலை வேட்கையை ஆதரித்து வளர்க்கவும்தான் சே, காங்கோ வந்திருந்தார். ஆனால் அவர் வந்தது காலதாமதமாகத்தான். கலவரம் நடந்து கொண்டிருக்கும் கிழக்கு காங்கோவுக்கு அவர் வந்து சேர்வதற்கும்

மக்கள் எழுச்சி அடங்கிப் போவதற்கும் சரியாக இருந்தது. சேவுக்கு இதில் வருத்தம்தான்.

ஆப்பிரிக்கா முழுவதும் பரவிக் கிடந்த வறுமையின் இருண்ட நிழலை அவர் நேரடியாகக் கண்டார். காலனியாதிக்கக் கனவுகள் ஒரு தேசத்தை எத்தனை மோசமானதாக மாற்றியமைக்கும் என்பதை ஆப்பிரிக்கா அவருக்குச் சொல்லிக் கொடுத்தது.

நாடு கடத்தப்பட்ட காங்கோலிய விடுதலைப் போராட்டத் தலைவர் களைச் சந்தித்து, அவர்களுடன் உரையாடினார் சே. காங்கோவின் பின்னடைவுக்கான காரணம் அவருக்குப் புரிந்தது. காங்கோவுக்காகப் போராடத் தகுந்த தலைமை இல்லை. அரசியல் கட்சிகள் இல்லை. அரசியல் குறித்த விழிப்புணர்வு இல்லை. இருந்ததெல்லாம் சிறு சிறு இனக்குழுக்கள்தாம். ஒவ்வொரு குழுவுக்கும் ஒவ்வொரு குழுத் தலைவர் இருப்பார். இவர்களில் ஒருவருக்கும் அரசியல் முதிர்ச்சி இல்லை.

காங்கோ, போராட்டத்தில் கலந்து கொள்வதற்கான சாத்தியங்களை ஆராய்ந்தார். முதல் காரியமாக, காங்கோலிய இனக்குழுக்களை ஒன்றிணைக்க முயன்றார். வீரர்களுக்கு ஆயுதப் பயிற்சி அளிக்க முயன்றார். முடியவில்லை. பழைமையில் ஊறிப் போயிருந்த அவர்களால் துப்பாக்கியைப் பிடித்து குறிபார்க்கக்கூட முடியவில்லை.

சே, மிகுந்த விரக்தியுடன் காஸ்ட்ரோவுக்கு ஒரு கடிதம் எழுதினார். தன்னுடைய ஆதங்கத்தை அதில் தெரியப்படுத்தினார்.

'காங்கோலியர்கள் துப்பாக்கி வேட்டுச் சத்தம் கேட்டவுடன், திசை தெரியாது ஓடி விடுகிறார்கள். ஓடும்போது, ஆயுதங்களைப் போட்டு விட்டு ஓடுகிறார்கள். மக்களிடமிருந்து பொருள்களைக் கொள்ளை யடிப்பதில் கவனமாக இருக்கிறார்கள். இது அதிகமாகிக் கொண்டே வருகிறது. எமது போர் வீரர்கள் மத்தியிலும் சோர்வு அதிகரித்து வருகிறது. அவர்கள், போர் புரியாமல் பொழுதைக் கழிக்க விரும்ப வில்லை. நிலைமை மோசமாக இருக்கிறது. முடிவெடுக்க முடியாத இக்கட்டான நிலையில் நான் இருக்கிறேன்.'

சே குவேராவின் நிலைமை மோசமாக இருப்பதை காஸ்ட்ரோ உணர்ந்து கொண்டார். அவரை எப்படியாவது சமாதானப்படுத்தி மீண்டும் க்யூபாவுக்கு அழைத்து வர அவர் விரும்பினார். உடனடியாக சில நண்பர்களை காங்கோவுக்கு அனுப்பி வைத்தார். ஆனால் அவர்களால் சேவை அமைதிப்படுத்த முடியவில்லை.

'நிச்சயம் காங்கோவில் புரட்சி வெடிக்கும்' என்று பிடிவாதமாகக் கூறினார் சே. தொடர்ந்து விவசாயிகளைச் சந்தித்துப் பேசிக்

கொண்டிருந்தார். பேசும் போது, அவர்கள் நன்றாகவே பேசினார்கள். ஆனால், ஆயுதப் போராட்டம் என்றதும் நழுவிவிட்டார்கள். இதற்கிடையே, சேவின் உடல் நலமும் மோசமடைந்தது.

பதறிப் போன காஸ்ட்ரோ உடனடியாகத் தனது சுகாதாரத்துறை அமைச்சரையும் ஒரு மருத்துவரையும் படகில் ஏற்றி அனுப்பினார். கூடவே சேவுக்கு ஒரு விண்ணப்பமும் கொடுத்து அனுப்பினார்.

'நீங்கள் க்யூபாவுக்கு எப்போது வேண்டுமானாலும் திரும்பி வரலாம். உங்களை வரவேற்க க்யூபா எப்போதும் தயாராக இருக்கிறது. க்யூபா இல்லாவிட்டால் தாங்கள் விருப்பப்பட்ட எந்த இடத்துக்கும் போகலாம். நீங்கள் கொல்லப்படுவதை மட்டும் நான் விரும்பவில்லை. எனவே, உங்களுக்கு எப்போதும் உதவத் தயாராக இருக்கிறேன். எதையும் செய்ய காத்திருக்கிறேன். தயவு செய்து ஒத்துழையுங்கள்.'

சே, ஒத்துழைக்கவில்லை. காங்கோவை விட்டு வெளியேறுவதற்கு முன்னால் தனது நாள்குறிப்பில் அவர் எழுதிய வாசகங்கள் இவை.

'முன்பைவிட எனக்குக் கெரில்லாப் போர்முறையின்மீது நம்பிக்கை அதிகமாகிவிட்டது. ஆனாலும், நாங்கள் தோல்வியடைந்தோம். இதில் எனது பொறுப்பு மிகப் பெரியது. இந்தத் தோல்வியையோ அல்லது அதன் மதிப்பு வாய்ந்த படிப்பினைகளையோ நான் மறக்க மாட்டேன்.'

9. கனவுகளின் எல்லை

இப்போதைக்கு க்யூபாவுக்குள் திரும்பக் கூடாது என்பதில் சே தெளிவாக இருந்தார். வீராப்புடன் காஸ்ட்ரோவிடமிருந்து விடை பெற்றுக் கொண்டாகி விட்டது.

தோல்வியின் அவமானச் சின்னத்தைச் சுமந்து கொண்டு க்யூபா திரும்ப முடியாது. காஸ்ட்ரோ தன்னை வரவேற்கத் தயாராக இருப்பதாகப் பெருந்தன்மையாக அறிவித்தது சேவைச் சங்கடப்படுத்தியது. இந்தப் பெருந்தன்மைக்கு ஈடாகத் தோல்வியைப் பரிசளிக்க முடியுமா? முடியாது. முடியவே முடியாது.

தான்சானியாவின் தலைநகரிலுள்ள க்யூபத் தூதரகத்தில் அவர் தற்போது தங்கியிருந்தார். அர்ஜெண்டைனாவுக்குப் போகலாம் என்று அவர் உள்மனம் சொன்னது. பிறந்த ஊரைப் பார்த்து ஆண்டுகள் பல ஆகிவிட்டன. தவிரவும், அர்ஜெண்டைனாவில் அரசியல் நிலைமை மோசமாகிக் கொண்டே வந்தது. அங்கு ஏதாவது செய்ய முடியுமா என்று ஆராய விரும்பினார் சே. காங்கோ தோல்வியிலிருந்து துரிதமாக விடுபட அவர் துடித்துக் கொண்டிருந்தார்.

மற்றொருபுறம், காஸ்ட்ரோ துடித்துக் கொண்டிருந்தார். சே எங்கோ தொலைவில், தனிமையில் அல்லல்பட்டுக் கொண்டிருப்பதை அவரால் நினைத்துப் பார்க்க முடியவில்லை. காங்கோவின் தோல்வி, அவரை எந்த அளவுக்கு வாட்டி வதைத்துக் கொண்டிருக்கும் என்பதை அவரால் உணர முடிந்தது. சேவை முற்றிலுமாக அறிந்தவர் அவர். சேவின் ஆழ்மன உணர்வுகளை

அவரைப் போல் வேறு ஒருவரால் புரிந்துகொள்ள முடியுமா என்பது சந்தேகமே.

சேவை மீண்டும் க்யூபா அழைத்து வரும் முயற்சியைத் தீவிரப் படுத்தினார் காஸ்ட்ரோ. அலெய்டாவைத் தான்சானியாவுக்கு அனுப்பி வைத்தார். 'உங்கள் கணவர் மிகவும் பொல்லாதவர். வீம்பு பிடிப்பவர். எப்படியாவது அவரைத் திரும்ப அழைத்து வருவது உங்கள் பொறுப்பு.' அலெய்டா சேவைச் சந்தித்தார். சே மகிழ்ச்சியுடன் அவரை வரவேற்றார். குழந்தைகளைப் பற்றி விசாரித்தார். நன்றாகப் பேசி சிரித்தார். சில நாள்கள் அலெய்டா அவருடன் தங்கியிருந்தார். 'சரி, வாருங்கள் போகலாம்!' என்று அலெய்டா அழைத்தபோது, புன்னகையுடன் மறுத்துவிட்டார்.

அடுத்த கட்டமாக, சேவின் முக்கிய நண்பரான ராமிரோ வால்ட்ஸ் என்ப வரை அனுப்பி வைத்தார் காஸ்ட்ரோ. அவரும் வெறுங்கையுடன் திரும்பினார். 'சரி, என்னதான் செய்வதாக உத்தேசம்?' என்று காஸ்ட்ரோ கடிதம் எழுதி கேட்டபோது, சேவிடமிருந்து இப்படி ஒரு பதில் வந்தது. 'அர்ஜெண்டைனா போகப் போகிறேன்.' காஸ்ட்ரோ ஒரு மாற்று ஆலோசனையை முன்வைத்தார். 'அர்ஜெண்டைனாவுக்குப் பதிலாக, நீ ஏன் பொலிவியா போகக்கூடாது?'

காஸ்ட்ரோ குறிப்பாக பொலிவியாவைத் தேர்ந்தெடுத்ததற்குக் காரணம் பாதுகாப்பு. எங்கோ தொலைவில் அவர் இருப்பதற்குப் பதிலாக ஓரளவுக்கு அருகிலுள்ள பொலிவியாவில் அவரைத் தங்க வைப்பது உத்தமம். அவருக்குத் தேவைப்படும் பாதுகாப்பு வசதிகளை செய்து கொடுக்க முடியும். கண் பார்வையின் கீழ் அவரை வைத்திருக்க முடியும். தவிரவும், பொலிவிய கம்யூனிஸ்ட் கட்சிக்கும் ஹவானாவுக்கும் நல்லுறவு இருந்தது.

பொலிவியா போவதற்கு சே ஒப்புக்கொண்டார். காரணம், பொலிவியா அவருக்கு மிகவும் பழக்கமான ஒரு பகுதி. மருத்துவராக இருந்தபோதே அங்கு நிறைய சுற்றியிருக்கிறார். அதன் புவியியல் முழுவதும் அவருக்கு அத்துப்படி. பொலிவியாவில் நிலவி வரும் சமூக நிலைமை களை சே அறிந்திருந்தார். ஏழைமை தலைவிரித்தாடிய பகுதி அது. புரட்சி மலர்வதற்கு ஏற்ற இடமும் கூட. மக்களைத் தயார்ப்படுத்தவும் கெரில்லாப் போர் நடத்தவும் இதைவிட ரகசியமான ஓர் இடத்தைக் கண்டுபிடித்துவிட முடியாது. ராணுவத்தால் சுலபமாகக் கண்டுபிடித்து விட முடியாத அற்புதமான மறைவிடம். போதாது? தவிரவும், பொலிவியாவில் புரட்சி நடத்தி அது வெற்றியும் பெற்றுவிட்டால், பொலிவியாவோடு ஒட்டிக் கொண்டிருக்கும் வேறு சில நாடுகளையும் சுலபத்தில் விடுவித்துவிடலாம்.

சே சுறுசுறுப்புடன் தயாரானார். தனது தோற்றத்தை முற்றிலுமாக மாற்றிக் கொண்டார். வயதானவர்கள் அணியும் மூக்குக் கண்ணாடி அணிந்து கொண்டார். கிட்டப்பார்வைக் கோளாறு உள்ளவர்கள் அணியும் கண்ணாடி அது. தலைமுடியை கத்தரித்து விட்டுக் கொண்டார். முன்நெற்றியை மழித்து, வழுக்கையாக மாற்றிக் கொண்டார். போலி பாஸ்போர்ட் தயார் ஆனது. தனது பெயரை ராமோன் என்று மாற்றிக் கொண்டார்.

அலெய்டாவிடம் சொல்லி குழந்தைகளை வரவழைத்தார். ஒரு சிறிய விருந்துக்கு ஏற்பாடு செய்தார்.

'அம்மா, யார் இந்த முதியவர்? இவர் எதற்காக நமக்கு விருந்து கொடுக்கிறார்?'

கேள்வி கேட்ட குழந்தைகளை இழுத்துப் பிடித்துக் கொண்டார் அலெய்டா. சே தனது மாறுவேடத்தைக் கலைக்கவில்லை. குழந்தை களுடன் கொஞ்சி விளையாடினார். ஒரு தகப்பனாக அவர்களைச் சந்திக்கும் துணிவு அவரிடம் இல்லை. ஓர் அந்நியனாகவே அவர்களிட மிருந்து விடைபெற்றுக் கொண்டார்.

•

பொலிவியா வந்தடைந்த சே, தனது படை வீரர்களைத் தானே தேர்ந் தெடுத்தார். பொலிவியாவிலிருந்த புரட்சியாளர்களைச் சந்தித்தார். எங்கே, எப்போது, யாருடன் நடவடிக்கையை தொடங்குவது என்பது பற்றித் திட்டவட்டமாக முடிவெடுத்தார். அடுத்து, வீரர்களுக்குத் தானே முன்னின்று பயிற்சிகள் அளித்தார். கடுமையான பயிற்சியாக அது அமைந்தது. இதற்கு முன்னால் கிரான்மா பயணத்தின்போதுதான், இது போன்ற பயிற்சிகள் அளிக்கப்பட்டன. அதிவேக நடைப்பயிற்சி, முதுகு சுமையுடன் மலையேறும் பயிற்சி, துப்பாக்கிச் சுடும் பயிற்சி எதையும் அவர் விட்டுவைக்கவில்லை.

பொலிவியாவில் அப்போதைக்குப் புரட்சி இயக்கங்கள் என்று தனியாக எதுவும் இல்லை. அதனால் ஒரு பிரத்தியேக கெரில்லாப் படையை அங்கு அமைப்பது, சமயோசிதமான யோசனை என்று சே நினைத்தார். கெரில்லாப் படை வென்றுவிட்டால், பொலிவியாவில் புரட்சி அரசாங்கம் அமைத்துவிடலாம். அவ்வாறு அமைந்துவிட்டால், லத்தீன் அமெரிக்கா முழுமைக்கும் அடுத்தடுத்து புரட்சி தீ பரவிவிடும். ஒரு வேளை போராட்டத்தில் தோற்கும் பட்சத்தில், இழப்பு வலிமையானதாக இருக்கும்.

சேவின் ஒவ்வொரு அசைவையும் உன்னிப்பாகக் கவனித்துக் கொண்டிருந்தார் காஸ்ட்ரோ. ரெஜி டீப்ரே என்னும் பிரெஞ்சு

எழுத்தாளரைப் பொலிவியாவுக்கு அனுப்பி வைத்தார் காஸ்ட்ரோ. 'புரட்சிக்குள் புரட்சி' என்னும் இவரது முந்தைய படைப்பு, கெரில்லாப் போர் கலையைப் பற்றி விரிவாகப் பேசும் நூல். இவரைப் பொலிவியாவுக்கு அனுப்பிய காரணங்கள் இரண்டு. ஒன்று, பொலிவியாவில் ஒரு வலிமை மிகுந்த கெரில்லாத் தளத்தை அமைக்க வேண்டும். இரண்டு, சேவுக்கு நம்பிக்கையளிக்க வேண்டும்.

தன் குழந்தைக்கு சைக்கிள் ஓட்டக் கற்றுத் தரும் தந்தையை கவனித்திருக்கிறீர்களா? 'நன்றாகத்தான் ஓட்டுகிறாய், பயப்படாமல் ஓட்டு!' என்று சொல்வார். ஆனால் அவனைத் தனியாக ஓட்ட விடமாட்டார். ஒருவேளை தவறி விழுந்துவிட்டால், என்ன ஆகுமோ என்ற பயத்தில் சைக்கிளுக்குப் பின்னாலேயே ஓடி வருவார். சேவை முன்னால் அனுப்பிவிட்டு, அவர் பின்னாலேயே ஓடி வந்து கொண்டிருந்தார் காஸ்ட்ரோ.

•

சே முன்னர் பார்த்த பொலிவியாவுக்கும் தற்போதைய பொலிவியாவுக்கும் இடையே நிறைய வித்தியாசங்கள் இருந்தன. சேவின் பல எதிர்பார்ப்புகளை பொலிவியா பொய்யாக்கியது. மக்கள் அவர்களது வறுமை நிலையை உணர்ந்திருப்பார்கள், அதற்குக் காரணம் யார் என்பதையும் உணர்ந்திருப்பார்கள்; எனவே, புரட்சிக்கு அவர்களைத் தயார் செய்வது சுலபம் என்றுதான் சே நினைத்திருந்தார். ஆனால் நிலைமை வேறு மாதிரியாக இருந்தது. மக்கள் பலவீனமாக இருந்தனர். அங்கிருந்த இடது சாரி அமைப்புகள் கிட்டத்தட்ட செயலற்றுக் கிடந்தன.

சரி, யாருடைய உதவியும் வேண்டாம், தனியாகவே போராடலாம் என்று பார்த்தால், அதற்கான சூழலும் அங்கே இருப்பதாகத் தெரியவில்லை. கெரில்லாத் தளம் அமைப்பதற்கு ஏற்ற பகுதியை காண முடியவில்லை. தகவல் பரிமாற்ற வசதி இல்லை. மறைவிடம் இல்லை. காட்டு விலங்குகளோ, தண்ணீரோ இல்லை.

•

சே குவேரா பொலிவியாவில்தான் இருக்கிறார் என்பதைக் கண்டுபிடித்த சி.ஐ.ஏ., அதிர்ந்து போனது. பலவிதமாக யோசிக்கத் தொடங்கினார்கள். பொலிவியா ஏழைமை வேரூன்றியுள்ள ஒரு நாடு. லேசாக உரசினாலும் புரட்சித் தீ பேயாகப் பற்றிக் கொள்ளும். சே முரட்டுத்தனமானவர். அவர் போகிற வேகத்தை வைத்துப் பார்த்தால், ஒட்டுமொத்த லத்தீன் அமெரிக்காவையும் முழுவதுமாக விடுவித்து விட்டுத்தான் ஓய்வார் போல் இருக்கிறது. விடக்கூடாது. சேவைத் தேடும் பணி மூழு மூச்சுடன் முடுக்கிவிடப்பட்டது.

இதில் வேடிக்கை என்னவென்றால் பொலிவியாவைச் சேவிடமிருந்து பாதுகாப்பதில் பொலிவிய அரசாங்கத்தைவிட, அமெரிக்காவுக்குத் தான் அதிக அக்கறை. உடனடியாக பொலிவிய அரசாங்கத்தைத் தொடர்பு கொண்டது சி.ஐ.ஏ. சேவின் திட்டங்கள் குறித்தும் அவற்றை எப்படி முறியடிக்கலாம் என்பது குறித்தும் இருவரும் பேசத் தொடங்கினார்கள். கவலையே படாதீர்கள் நாங்கள் இருக்கிறோம் என்று பொலிவியாவின் முதுகில் தட்டிக் கொடுத்தது சி.ஐ.ஏ.

'உங்களுக்குத் தேவைப்படும் அத்தனை வசதிகளையும் செய்து தருகிறோம். அத்தனைச் செலவுகளையும் பார்த்துக் கொள்கிறோம். சேவை மட்டும் எப்படியாவது முறியடித்து விடுங்கள், அதுவே போதும்' என்றது அமெரிக்கா. சொன்னதைப் போலவே செய்தது. பொலிவிய ராணுவ வீரர்களுக்குப் பயிற்சி அளிக்க சி.ஐ.ஏ. ஒப்புக் கொண்டது. அதாவது, மறைமுகமாகப் பதுங்கியிருந்து சேவை வீழ்த்துவதுதான் அவர்களது திட்டம். அமெரிக்காவின் புண்ணியத்தில் பொலிவிய ராணுவத்தின் இரண்டாவது பெட்டாலியன் படை சுறுசுறுப்புடன் தயாரானது.

அடுத்ததாக, பெலிக்ஸ் ரொட்ரிப்கியுஸ் என்பவரைப் பொலிவியாவுக்கு பார்சல் செய்தது அமெரிக்கா. இவர் ஒரு சி.ஐ.ஏ. ஏஜெண்ட். சேவைக் கண்காணிப்பதுதான் இவருடைய முக்கியப் பணி. ஆகஸ்ட் 2-ம் தேதி, வில்டோவும் வேறு சிலரும் பெலிக்ஸுடன் இணைந்து கொண்டனர். சேவைத் தேடும் பணி முடுக்கிவிடப்பட்டது. நான்கு பக்கங்களும் ஆள்கள் சிதறினார்கள். வெறித்தனமாகத் தேடினார்கள்.

•

பள்ளத்தாக்குகள், ஓடைகள், மனித வாசனையே இல்லாத கிராமங்கள் அத்தனையையும் தாண்டி சேவின் படை முன்னேறிக் கொண்டிருந்தது. கிரான்மா பயணத்தைவிட, பல மடங்கு அதிகமாக இம்சித்தது பொலிவியா பயணம். அடர்த்தியான செடிகளும், முட்களும் உடலைக் கீறின. நடக்க முடியவில்லை. கொசுக்கள் கும்பல் கும்பலாக வந்து கடித்தன. கொசுக்கள் போதாது என்று தோலுக்கு மேலே முட்டையிடும் 'போரா' என்னும் புதிய வகை ஈ அதிகமான தொல்லையைக் கொடுத்தது.

பல வீரர்கள் தங்கள் காலணிகளை இழந்தனர். இரண்டு பேர் தண்ணீரில் மூழ்கி இறந்து போயினர். பசியாலும், தாகத்தாலும் பாதிக்கப்பட்ட பலர், பாதி வழியில் சுருண்டு விழுந்தனர். உணவு போதாததால், ஓட்டி வந்த குதிரைகளை நிறுத்தி, அவற்றைக் கொன்று அதன் மாமிசங்களைத் தின்றனர். இதனால் பலருக்கு வயிற்றுக்கடுப்பு.

சே மிகவும் மெலிந்து போயிருந்தார். கைகளும் கால்களும் வீங்கியிருந்தன. உடல் எடையில் இருபது பவுண்ட் குறைந்திருந்தது. சே யோசித்துக் கொண்டிருந்தார். 'இந்தப் பயணம் வெற்றியில் முடியுமா அல்லது தோல்வியிலா?' சோர்வு, உறக்கமின்மை, கவலை. மூன்றும் சேர்ந்து சேவை அழுத்தின.

ஓய்வு கிடைக்கும்போது மரங்களுக்கிடையே கட்டப்பட்டிருந்த வலைத் தொட்டிலில் அமர்ந்து புத்தகங்கள் படிப்பார். அல்லது நாள்குறிப்பு எழுதுவார். மேட் பானம் அருந்துவார். இரவு நேரங்களில் தனது ரேடியோவைத் திருகி ஹவானா வானொலி நிலையச் செய்திகளைக் கேட்பார்.

•

ஆகஸ்ட் 3, 1966. சி.ஐ.ஏ.வுக்கு முதல் வெற்றி கிடைத்தது. சேவின் சகாக்கள் சிலரை ராணுவத்தினர் கைது செய்தனர். இந்த வெற்றி, ராணுத்தினரை உற்சாகப்படுத்தியது.

செப்டம்பர் 15. சி.ஐ.ஏ. ஓர் அறிவிப்பை வெளியிட்டது. 'சே குவேராவை உயிருடன் பிடித்துத் தருபவர்களுக்கு 4200 டாலர்கள் அளிக்கப்படும்.'

செப்டம்பர் 22. சேவும் அவரது தோழர்களும் ஆல்டோ செகொ என்னும் கிராமத்தை அடைந்தனர். அதே நாள் சி.ஐ.ஏ. எதிர்பார்த்த ஓர் அறிவிப்பை பொலிவிய அயல்துறை அமைச்சகம் வெளியிட்டது. 'சே குவேரா தனது தோழர்களுடன் பொலிவியாவுக்குள் புகுந்திருப்பதன் காரணம், கெரில்லா யுத்தம் நடத்தத்தான்.' தெரிந்த சங்கதிதான். இருந்தாலும் பொலிவியா அரசாங்கத்தின் வாயிலிருந்து இப்படி ஓர் அறிவிப்பு முறைப்படி வருவதுதான் அமெரிக்காவுக்கு நல்லது. அப்போதுதான் அவர்களால் முறைப்படி சேவை எதிர்க்க முடியும்.

செப்டம்பர் 26. லாஹிகுவரா என்னும் பகுதிக்குப் புரட்சியாளர்கள் குடி பெயர்ந்தார்கள். சிறிய குடியிருப்பு பகுதி அது. ஆனால், அப்போதைக்கு ஓர் ஆள் கூடக் கண்ணில் படவில்லை. அருகிலுள்ள மற்றொரு கிராமத்தில் நடைபெறும் விழாவுக்குச் சென்றிருந்தனர். அடுத்து என்ன செய்யலாம் என்று யோசித்துக் கொண்டிருந்தபோது, முதல் குண்டு அருகில் வெடித்தது. அப்போது சரியாக மணி ஒன்று.

சே சுதாரித்துக் கொண்டு சுடத் தொடங்கினார்.

'எல்லோரும் தப்பி ஓடுங்கள்.'

துப்பாக்கியால் சுட்டுக் கொண்டே ஓடத் தொடங்கினார்கள். ஆனால் அதற்குள் ராணுவத்தினர் கிட்டத்தட்ட சுற்றி வளைத்துவிட்டனர்.

புரட்சியாளர்களும் மூர்க்கமாகத்தான் போராடினார்கள் என்றாலும் ஒரு கட்டத்தில் அவர்களால் சமாளிக்க முடியாமல் போனது. அப்படிப்பட்ட ஒரு தருணத்தில்தான் சே குவேராவின் முக்கியத் தோழர்கள் ஒவ்வொரு வராகச் சரியத் தொடங்கினர். ரோபெர்ட்டோ பெரிடோ, ஜூலியோ இருவரும் குண்டடிப்பட்டு சுருண்டு விழுந்து இறந்தனர். பிறகு அண்டோனியோ.

இந்த மூன்று பேர் வீழ்ந்ததைக் கண்டதும், பொலிவிய ராணுவத்துக்குப் பரம திருப்தி. சே நிச்சயம் இங்குதான் எங்கோ அருகில் இருக்க வேண்டும் என்று அவர்களுக்குத் தெரிந்து போனது. தவிரவும், பிடிபட்ட புரட்சியாளர்கள் அனைவரும் மிகவும் பலவீனமாக இருந்ததை அவர்கள் கண்டுபிடித்தனர். உடைகள் கிழிந்துபோய் கிடந்தன. உடலில் ஆங்காங்கே காயங்கள். உயிர் மட்டும் ஒட்டிக் கொண்டிருந்தது. ராணுவத்தினருக்கு உற்சாகம் கரைபுரண்டு ஓடத் தொடங்கியது. 'சே குவேரா நிச்சயம் சோர்வடைந்திருப்பார். அவரைப் பிடிப்பது மிகவும் சுலபம்.'

செப்டம்பர் 26. இரண்டாம் ரேஞ்சர்ஸ் பெட்டாலியன் வாலே கிராண் டோவுக்கு நகர்கிறது. அமெரிக்கா பயிற்சி அளித்த குழுவைச் சேர்ந்தவர்கள் இவர்கள். அந்தப் பகுதியைச் சல்லடையாகச் சலிக்கத் தொடங்கிய ராணுவம், சேவின் இருப்பிடத்தைக் கண்டுபிடித்தது.

•

அக்டோபர் 7. சே தனது நாள்குறிப்பை எழுதிக் கொண்டிருந்தார்.

'கெரில்லாப் படை தொடங்கி இன்றோடு பதினொரு மாதங்கள் ஆகின்றன. இன்று எந்தப் பிரச்னையும் இல்லை. வெளிறிய நிலவொளியில் நாங்கள் பதினேழு பேரும் கிளம்பினோம். அணிவகுப்பு களைப்பூட்டுவதாக இருந்தது. நாங்கள் இருந்த பள்ளத்தாக்கில் பல தடங்களை விட்டு வந்தோம். அருகில் வீடுகள் எதுவுமில்லை. மேற்கொண்டு முன்னே செல்வதால் பயனில்லை என்பதால் இரண்டு மணிக்கு ஓய்வெடுப்பதற்காக அணிவகுப்பை நிறுத்தினோம். சுற்றி வளைக்கப்பட்டவர்கள் முப்பத்தேழு பேர் இருப்பதாகவும், அவர்களை நகரவிடாமல் செய்வதற்காக, 250 ஆள்கள் இங்கு வந்திருப்பதாக ராணுவம் தெரிவிக்கிறது.'

சே எழுதிய கடைசி நாள் குறிப்பு இது.

அக்டோபர் 8. சேவைத் தேடிக் கொண்டிருந்த ராணுவத்தினர் ஒரு வயதான பெண்ணைச் சந்திக்கின்றனர். அவரிடம் விசாரணை மேற்கொள்கின்றனர்.

'இந்தப் பக்கம் ஏதாவது படை வீரர்கள் வந்ததைப் பார்த்தீர்களா?'

அந்தப் பெண் யோசனையுடன் தலையசைத்தார். 'ஆமாம் பார்த்தேன், ஆனால் அவர்கள் யார் என்று சரியாகத் தெரியவில்லை.'

அந்த ராணுவ அதிகாரியின் முகம் பிரகாசித்தது. 'அவர்கள் யார் என்று நாங்கள் பார்த்துக் கொள்கிறோம். அவர்கள் எங்கே இருக்கிறார்கள் என்று மட்டும் சொல்லுங்கள்.'

'அதோ! அந்த நதிக்கரைக்குப் பின்னாலிருந்து நிறைய சத்தங்கள் கேட்டன. அங்கே யாரோ புதியவர்கள் இருக்கிறார்கள் என்று நினைக்கிறேன்.'

அவசர அவசரமாக நதிக்கரைக்கு விரைந்த ராணுவம், அந்தப் பகுதியைச் சுற்றி வளைத்தது. தலைமை அதிகாரி மெலிதான குரலில் கிசுகிசுத்தார்.

'அவர் நிச்சயம் இங்குதான் இருக்கவேண்டும்.'

ராணுவத்தினர் நெருங்கி வருவதைத் தொலைவிலிருந்தே அறிந்து கொண்ட சேவும் அவரது தோழர்களும் மோதலுக்குத் தயாரானார்கள். சுட்டெரிக்கும் வெயிலில் சண்டை ஆரம்பித்தது. இரண்டு கெரில்லாக்கள் சுட்டுக் கொல்லப்பட்டனர். சே ஆவேசத்துடன் தொடர்ந்து போராடிக் கொண்டிருந்தார்.

'சே, உங்களை நெருங்கிக் கொண்டிருக்கிறார்கள்' என்று கத்தினான் வில்லி.

சே திரும்பிப் பார்க்காமல் தனது துப்பாக்கியை இயக்கிக் கொண்டிருந்தார்.

வில்லி சொன்னது சரிதான். இப்போது சேவுக்கும் பொலிவிய ராணுவத்தினருக்கும் இடையிலான இடைவெளி பத்தடிதான். சேவை அத்தனைக் கிட்டத்தில் பார்த்ததில் ராணுவத்தினருக்குத் திகைப்பு. கொஞ்சமும் சளைக்காமல் அத்தனைப் பெரிய படையை அநாயசமாகச் சமாளிக்கும் சேவின் சாதுரியம் அவர்கள் இதுவரைக் காணாதது.

ஒரு விநாடி நீடித்த அந்தத் திகைப்பு சட்டென்று மறைந்து போனது. சே குவேராவைக் குறிப் பார்த்து சுட்டான் ஒரு ராணுவ வீரன். சே சட்டென்று சுதாரித்துப் பின்வாங்க முயன்ற அதே சமயம், அவரது காலில் குண்டு பாய்ந்தது. கைதவறி கீழே வந்த துப்பாக்கியைச் சரியாகப் பிடித்தபடி ஓடத் தொடங்கினார் சே. இரண்டாவது குண்டு பாய்ந்தது. இந்த முறை அவரது தொப்பி சிதறடிக்கப்பட்டது.

வில்லி பதற்றத்தின் உச்சத்தில் இருந்தான். 'சே என் பின்னால் ஓடி வாருங்கள்.' சே நடுங்குவதைக் கண்ட சரபியா பாய்ந்துச் சென்று அவரைத் தாங்கிப் பிடித்தார். சே குனிந்து தனது காலைப் பார்த்தார். ரத்தப் போக்கு அதிகமாக இருந்தது. உயிர் போகும் வலி. பதறிப் போன சரபியா சேவை அப்படியே பிடித்துத் தூக்கி தோளில் போட்டுக் கொண்டு ஓடத் தொடங்கினார்.

மீண்டும் சேவின் வலது காலில் குண்டு பாய்கிறது. மற்றொருவன் சேவின் வலது கையில் சுடுகிறான். துப்பாக்கியைக் கீழே போட்டு விட்டுத் துடிக்கிறார் சே. தைரியமாக இப்போது சே குவேராவை நெருங்கி வருகிறார்கள் வீரர்கள். சே, சரபியா இருவர் மட்டும் தனியாக நிற்கின்றனர். இருவரிடமும் ஆயுதங்கள் இல்லை. பொலிவிய ராணுவத்தால் தமது மகிழ்ச்சியைக் கட்டுப்படுத்த முடியவில்லை. எத்தனை ஆண்டு தவம்! இப்போது நிறைவேறியிருக்கிறது.

இதோ! ஒட்டிய கன்னத்துடன், காட்டுத்தனமான தாடியுடன், முகமெல்லாம் சோர்வுடன், ரத்தம் வடிய வடிய நின்று கொண்டிருக் கிறார் சே குவேரா. கண்கள் விரிய சேவை உற்றுப் பார்த்தனர். அவர்கள் கண்ணில் இருந்த வெறியை கண்டுகொண்ட சரபியா, கவலையுடன் முணுமுணுத்தான்.

'இவர் எங்கள் கமாண்டர். இவரை மரியாதையுடன் நடத்த வேண்டும்.'

சரியாக மாலை 3.30-க்கு சே குவேரா கைது செய்யப்பட்டார்.

ரேடியோ செய்திகள் பறக்கத் தொடங்கின. 'சே குவேராவைக் கைது செய்துவிட்டோம். அடுத்து என்ன செய்வது?'

பொலிவிய தலைமை ராணுவத்துக்கு ஒன்றுமே புரியவில்லை.

'நீங்கள் என்ன சொல்கிறீர்கள்? சே குவேராவைக் கைது செய்து விட்டீர்களா?'

'ஆமாம், அவர் எங்களிடம் சிக்கிவிட்டார்.'

எதிர் முனையில் கனத்த மௌனம்.

'சரியாகத் தெரியுமா? நீங்கள் கைது செய்திருப்பது சே குவேராவைத் தானா?'

'ஆமாம்.'

'நல்லது. உடனடியாக அவரை லாஹிகுவாராவுக்குக் கொண்டு வரவும். கவனம். அவர் மிக மிக ஆபத்தானவர். எனவே, கூடுதல் எச்சரிக்கைத் தேவை.'

நான்கு சிப்பாய்கள் சேவைக் குண்டுகட்டாகத் தூக்குகிறார்கள். சரபியாவின் கைகள் கட்டப்பட்டிருக்கின்றன.

அதே சமயம் பொலிவிய ராணுவத்தின் மற்றொரு பிரிவிலிருந்து இப்படி ஓர் அறிவிப்பு வெளியானது. 'கெரில்லாப் போராளியான சே குவேராவையும் அவரது சகாக்களையும் நாங்கள் முறியடித்து விட்டோம். போரின்போது சே குவேரா கொல்லப்பட்டுவிட்டார். அவரது உடல் மீட்கப்பட்டுவிட்டது.'

•

லாஹிகுவாராவை அடைவதற்குள் இருட்டிவிட்டது. ஒரு பள்ளிக் கூடத்தின் அறையில் சே குவேராவைச் சிறை வைக்கிறார்கள். சே குவேரா கைது செய்யப்பட்ட தகவல், அக்டோபர் 9 அன்று அமெரிக்காவுக்கு முறைப்படி தெரிவிக்கப்பட்டது. ரோட்ரிப்கியுஸ் உடனடியாக பொலிவியாவுக்குப் பறந்து வந்தார். சே குவேரா கைது செய்யப் பட்டுள்ளார் என்னும் செய்தி சர்க்கரையாக இனித்தது அவருக்கு. எங்கே சே? எங்கே சே? என்று கத்தியபடி அந்தப் பள்ளிக்குள் நுழைந்த அவர் அறைக்கதவைப் படாரென்று திறந்ததும் ஒரு நிமிடம் அதிர்ந்தே போனார்.

அது ஓர் அசுத்தமான அறை. சே குவேராவை ஒரு ஓரத்தில் படுக்க வைத்திருந்தார்கள். அவரது கைகள் பின்புறம் கட்டப்பட்டிருந்தன. பரட்டைத்தலை. பிய்ந்து போன காலணிகள். அழுக்கேறிப் போன கந்தல் உடைகள். நியாயப்படிப் பார்த்தால் சே குவேரா இப்படி ஒரு நிலைமையில் இருப்பதைக் கண்டு ரோட்ரிப்கியுஸ் மகிழ்ச்சியடைந் திருக்க வேண்டும். காரணம், சே குவேரா அவரது எதிரி. ஆனால் ரோட்ரிப்கியுஸால் சந்தோஷப்பட முடியவில்லை. அத்தனை விரோதத்தையும் தாண்டி அவர் மனத்தில் இரக்கம் துளிர்த்தது.

தான் கொண்டு வந்திருந்த காமிராவைக் கீழே வைத்துவிட்டு, சே குவே ராவைப் பார்த்தார் ரோட்ரிப்கியுஸ். எப்படி இருக்க வேண்டிய நபர்? எங்கோ ஒரு பொந்தில், அலங்கோலமான முறையில் இவர் சிறை பிடிக்கப்பட்டிருப்பது உண்மையிலேயே ஓர் அவலம்தான். இல்லையா?

அந்த அறையில் வைக்கப்பட்டிருந்த ஆவணங்களைப் பார்வை யிட்டார் ரோட்ரிப்கியுஸ். எல்லாம் சேவிடமிருந்து கைப்பற்றப்பட்ட ஆவணங்கள். எடுத்துப் புரட்டினார். அவற்றைப் புகைப்படம் எடுத்துக் கொண்டார். பொலிவிய நாட்குறிப்பு பிரதியின் ஒவ்வொரு பக்கத்தையும் தனித்தனியே புகைப்படம் எடுத்துக்கொண்டார். சி.ஐ.ஏ.வுக்கு இது ஒவ்வொன்றும் பொக்கிஷம்.

அப்போது சத்தம் கேட்டு தனது இமைகளைப் பிரித்தார் சே குவேரா.

'யாரது?'

ரோட்ரிப்கியுஸ் தயக்கத்துடன் சேவை நெருங்கினார். படுத்துக் கொண்டிருந்த சே, அவரை உற்றுப் பார்த்தார். ரோட்ரிப்கியுஸ் அவருடன் பேசத் தொடங்கினார்.

•

மறுநாள். காலை பத்து மணி. சே குவேரா உள்ளே படுத்துக் கிடக்க, ராணுவ அதிகாரிகள் மும்முரமாக விவாதத்தில் ஈடுபட்டுக் கொண்டிருந்தனர்.

'கைது செய்யச் சொன்னார்கள், செய்துவிட்டோம். அடுத்து இவரை என்ன செய்யப் போகிறார்கள்?'

'ரொம்பவும் கஷ்டப்பட்டுப் பிடித்திருக்கிறோம். அத்தனைச் சுலபத்தில் வெளியே விடமாட்டார்கள்.'

'என்னது வெளியில் விடுவதா? அந்தப் பேச்சுக்கே இடமில்லை.'

'ஆமாம், எனக்கும் அப்படித்தான் தோன்றுகிறது. இவரை அழித்துவிடு வார்கள்.'

சே உள்ளே இருமிக் கொண்டிருக்கும் சத்தம் கேட்டது. நீண்ட நேரத்துக்கு ஒருவரும் பேசவில்லை.

•

சத்தம் எழுப்பாமல் அந்த அறைக்குள் நுழைந்தார் ஜூலியா கோர்ட்ஸ். அவர் அந்தப் பள்ளியின் ஆசிரியர். தற்போது அவருக்கு அளிக்கப் பட்டிருக்கும் பணி, சேவுக்கு உணவு வழங்குவது. கலைந்த தலை முடியுடன் கையில் சங்கிலியுடன் படுத்துக் கிடந்த அந்த மனிதரைப் பார்க்க அவருக்கு அச்சமாக இருந்தது.

சே அவரை அருகில் அழைத்தார்.

'இது எந்த இடம்?'

'பள்ளிக்கூடம்.' திணறித் திணறி பதிலளித்தார் அவர்.

சே தனது கண்களைச் சுழலவிட்டார். 'இத்தனை மோசமாக இருக்கிறதே. இங்கே எப்படி வகுப்புகள் நடத்துகிறீர்கள்? சிரமமாக இல்லையா?'

அந்த நிமிடம் அப்படியே உடைந்து போனார் ஜூலியா. இவரால் எப்படி இப்படி ஒரு கேள்வியைக் கேட்க முடிகிறது?

கலங்கி நின்ற ஜூலியாவைப் பார்த்து மெலிதாகப் புன்னகை செய்தார் சே.

'கவலை வேண்டாம். ஒரு வேளை நான் பிழைத்திருந்து, புரட்சியும் வெற்றி பெற்றுவிட்டால், உங்களுக்கு ஒரு நல்ல பள்ளிக்கூடம் கட்டித் தருகிறேன்.'

தான் கொண்டு வந்திருந்த உணவை அப்படியே கீழே வைத்துவிட்டு அழுதபடி அந்த அறையை விட்டு அவசர அவசரமாக ஓடினார் ஜூலியா.

பொலிவிய ராணுவ அதிகாரிகள் அன்றையப் பொழுது முழுவதும் தொடர்ந்து விவாதித்துக் கொண்டே இருந்தனர். சே குவேராவை என்ன செய்வது? விசாரணை மேற்கொள்ளலாம். பொலிவிய அரசாங்கத்தை வீழ்த்த முயற்சி செய்தார் என்று ஒற்றை வரி குற்றச்சாட்டே போதுமானது. ராஜதுரோக குற்றத்தின் கீழ் வருவதால், தண்டனை லேசுப்பட்டதாக இருக்காது. எல்லாம் சரிதான். ஆனால் இதில் பல சிக்கல்கள் உள்ளன.

வழக்கு, விசாரணை என்று வந்துவிட்டால், பிறகு உலக மக்கள் அனைவரின் கவனமும் சே மீது குவிந்துவிடும். சே யார், அவர் எதற்காகப் பொலிவியா வந்தார் என்று கேட்பார்கள். ஆராய்வார்கள். மூலை, முடுக்குகளிலெல்லாம் அவர் பெயர் பிரபலமடையும். அவரும் அவர் சார்ந்த இயக்கமும் சர்வதேச அளவில் முக்கிய அங்கீகாரத்தைப் பெற்றுவிடும். கம்யூனிஸம், புரட்சி, கெரில்லாப் போர் என்று கிளம்பி விடுவார்கள். லத்தீன் அமெரிக்கா மொத்தமும் நொடிப்பொழுதில் சிலிர்த்து எழுந்துவிடும். கூடாது. அப்படி நடக்கக்கூடாது. இவ்வளவு ஏன்? ஃபிடல் காஸ்ட்ரோ ஒருவர் போதாது?

அதைவிட, சே குவேராவைக் கொல்வது மிகச் சுலபம்.

கேட்பதற்கு யார் இருக்கிறார்கள்? ஒருவரும் கிடையாது. காதும் காதும் வைத்தது போல் கொன்றுவிடலாம். எல்லாப் பிரச்னைகளும் தீர்ந்துவிடும். எனில், எப்படிக் கொல்வது? எப்படி வேண்டுமனாலும்! ஆனால் ஒன்று. அவர் கொல்லப்பட்டார் என்று ஒருவருக்கும் தெரியக் கூடாது. போரில் இறந்து போனதாகவே இருக்கவேண்டும். ஒன்றும் பெரிய காரியமில்லை. ஏற்பாடு செய்துவிடலாம்.

தீர்மானமான ஒரு முடிவுக்கு வந்த பிறகு, சபை கலைந்தது.

●

ரோட்ரிப்கியுஸுக்குக் கிடைத்த செய்தியும் இதையே உறுதிப் படுத்தியது. 'ஆபரேஷன் ஐந்நூறு அறுநூறு' என்றது அந்த சங்கேத

செய்தி. பொலிவிய மொழியில் ஐந்நூறு என்றால் சே குவேரா. அறுநூறு என்றால் கொன்றுவிடுங்கள். சே குவேராவைத் தீர்த்துக் கட்ட பொலிவிய ராணுவம் முடிவெடுத்த அதேசமயம், சே குவேராவை உயிருடன் அழைத்து வருமாறு சி.ஐ.ஏ.விடமிருந்து தகவல் வந்தது. ஆனால் பொலிவிய ராணுவம் தனது முடிவை மாற்றிக் கொள்ள விரும்பவில்லை.

ரோட்ரிப்கியுஸ், சேவின் அறைக்குள் நுழைந்தார். முன்பைவிட அதிகம் சோர்ந்திருந்தார் சே.

'உங்களிடம் எப்படிச் சொல்வது என்று தெரியவில்லை.'

'பரவாயில்லை சொல்லுங்கள்' என்றார் சே.

ரோட்ரிப்கியுஸ் தயங்கினார்.

அவரது தயக்கத்தைப் புரிந்து கொண்ட சே, புன்னகைத்தார்.

'நான் உயிருடன் பிடிபட்டிருக்கக் கூடாது.'

தலையைக் குனிந்து கொண்டு நின்றார் ரோட்ரிப்கியுஸ்.

'பரவாயில்லை ரோட்ரிப்கியுஸ். என்னால் புரிந்து கொள்ள முடிகிறது. எனக்கு ஒரு உதவி செய்ய முடியுமா?'

'சொல்லுங்கள்.'

'ஃபிடலை நம்பிக்கையுடன் இருக்கச் சொல்லுங்கள். லத்தீன் அமெரிக்கா முழுவதும் புரட்சி வெற்றி பெறும்.'

'சரி.'

'அப்படியே அலெய்டாவுக்கும் ஒரு செய்தி சொல்லிவிடுங்கள். எனது மரணத்துக்குப் பிறகு, அவர் நிச்சயம் மறுமணம் செய்து கொள்ள வேண்டும்.'

•

மிகுந்த தயக்கத்துடன் சேவின் அறைக்குள் நுழைந்தார் மேஜர் டெர்ரன். சேவைக் கொல்வதற்கான பணி இவரிடம்தான் ஒப்படைக்கப் பட்டிருந்தது. டெர்ரன் உள்ளே நுழைவதைப் பார்த்தவுடனே சேவுக்குத் தெரிந்துவிட்டது. கைகளை ஊன்றியபடி மெதுவாக எழுந்து நிற்க முயன்றார். மிகவும் சிரமமாக இருந்தது.

'கொஞ்சம் பொறு. எழுந்து நின்றுக் கொள்கிறேன்' என்று முணகினார் சே.

டெர்ரனுக்கு நடுக்கம் வர ஆரம்பித்துவிட்டது. சிறிது நேரம் கண்களை மூடி அப்படியே நின்றான். மறு கணம், கதவை அறைந்து சாத்திவிட்டு அந்த அறையிலிருந்து வெளியேறிவிட்டான்.

சே குவேரா இருந்த அறைக்குப் பத்தடி தொலைவில் அமைந்திருந்தது அந்த அறை. அதற்குள்தான் வில்லி சிறை வைக்கப்பட்டிருந்தான். டெர்ரனை மீண்டும் போகச் சொல்லிவிட்டு மற்றொரு சர்ஜெண்ட் வில்லியின் அறைக்குள் நுழைகிறான். சே முணகிக் கொண்டே எழுந்திருக்க முயன்ற அதே சமயம், அவர் பக்கத்து அறையில் துப்பாக்கி வெடித்தது. சே குவேரா கண்களை மூடிக் கொண்டார்.

இன்னமும் டெர்ரனுக்குத் துணிச்சல் கைகூடவில்லை. கொஞ்சம் மது அருந்துகிறான். பிறகு, மீண்டும் சே குவேராவின் அறைக்குள் நுழைகிறான். தயங்கித் தயங்கி நிற்கிறான்.

'நீ எதற்காக வந்திருக்கிறாய் என்று எனக்குத் தெரியும். நான் தயார்.'

டெர்ரன் தனது துப்பாக்கியை உயர்த்தினான். விசையை இன்னமும் அவன் அழுத்தவில்லை.

'ஒரு மனிதனைத் தானே கொல்லப்போகிறாய். சுடு' என்றார் சே.

சேவின் நெஞ்சுக்கு நேராகத் தனது துப்பாக்கியை உயர்த்தினான் டெர்ரன். சேவின் கண்களை அவனால் நேருக்கு நேராகச் சந்திக்க முடியவில்லை. தனது முகத்தைத் திருப்பிக் கொள்கிறான். மொத்தம் ஆறு குண்டுகள் வெடிக்கின்றன.

●

பொலிவிய ராணுவ வீரனின் உடையில் ரோட்ரிப்கியுஸ் வந்து சேர்ந்தார். பொலிவியாவில் அமெரிக்கர்கள் சுற்றிக் கொண்டிருப்பதை யாரும் கண்டுபிடித்துவிடக் கூடாது என்பதற்காகத்தான் இந்த ஏற்பாடு.

சே குவேராவின் உடல் ஹெலிகாப்டரில் ஏற்றப்பட்டு வாலேகிராண்டேவுக்குக் கொண்டு வரப்படுகிறது. அவரது கைரேகைகள் சரி பார்க்கப்படுகின்றன.

●

அக்டோபர் 10. ஓர் அடையாளத்துக்காகச் சேவின் இரண்டு கைகளும் தனியாக வெட்டியெடுக்கப்படுகின்றன. இரண்டு டாக்டர்கள் சேவைப் பரிசோதனை செய்து வாக்குமூலம் அளிக்கிறார்கள். 'நெஞ்சில் குண்டடிப்பட்டு சே குவேரா மரணமடைந்திருக்கிறார். இறக்கும்போது அவரது வயது 40.'

சேவின் உடலை என்ன செய்வது என்று சி.ஐ.ஏ.வுக்குத் தெரியவில்லை. அதிகாரிகள் கூடி விவாதிக்கிறார்கள்.

'எரிக்கலாமா?'

'கூடாது. உடலை எரிக்கக்கூடாது. அப்படிச் செய்தால் பின்னாளில் பொலிவிய ராணுவத்தை எல்லோரும் இழிவாகப் பேசுவார்கள்.'

'புதைக்கலாமே!'

'செய்யலாம். ஆனால் ஒருவருக்கும் தெரிந்துவிடக் கூடாது. தெரிந்தால், பிரச்னையாகிவிடும்.'

'என்ன பிரச்னை?'

'காஸ்ட்ரோவை மறந்துவிட்டீர்களா? சேவின் எலும்புகள் கூட காஸ்ட்ரோவுக்குக் கிடைத்துவிடக்கூடாது. தப்பித்தவறி கிடைத்தால் அவ்வளவுதான். அவருக்கு ஒரு நினைவு மண்டபத்தைக் கட்டுவார்கள். ஒரேயடியாக அவரைக் காவிய நாயகனாக மாற்றிவிடுவார்கள்.'

இது வரை அமைதியாக இருந்த வில்லோடோ புன்னகையுடன் குறுக்கிட்டான்.

'கவலை வேண்டாம். ஒருவருக்கும் தெரியாமல் சேவைப் புதைக்கும் வேலையை நான் பார்த்துக் கொள்கிறேன்.'

பொலிவிய ராணுவ உடைகளை அணிந்திருந்த வில்லோடோவும் ஒரு சி.ஐ.ஏ. ஏஜெண்ட்தான். பொலிவிய ராணுவத்துக்கே தெரியாமல் அவர்களுடன் ஊடுருவியிருப்பவன். சேவின் உடலைப் புதைக்கும் பணியை இவன் தானாகவே முன்வந்து ஏற்றுக் கொண்டதற்கு, ஒரு குரூரமான காரணம் இருக்கிறது.

சேவைப் பழி வாங்க வேண்டும் என்பதற்காகவே சி.ஐ.ஏ.வில் சேர்ந்தவன் இந்த வில்லோடோ. வில்லோடோவின் தந்தை க்யூபாவில் ஒரு கார் கம்பெனி நடத்தி வந்தவர். பாடிஸ்டா அரசுக்கு வேண்டப் பட்டவர் இவர். புரட்சி படை வெற்றி பெற்ற பிறகு, முந்தைய ஆட்சிக்கு ஆதரவு தந்தவர்களையும் அவர்களுடன் சொந்தம் கொண்டாடியவர்களையும் சே சிறையில் அடைத்தார். வில்லோடாவின் தந்தை அவ்வகையில் கைது செய்யப்பட்டவர். முந்தைய அரசாங் கத்தின் உதவியுடன் முறைகேடான முறையில் தனது தொழிலை இவர் நடத்தி வந்ததாகக் குற்றச்சாட்டு பதிவாகியிருந்தது. அதனால், அவரது கம்பெனியை சே பறிமுதல் செய்தார்.

மனமுடைந்து போன வில்லோடோவின் தந்தை தூக்க மாத்திரைச் சாப்பிட்டு தற்கொலை செய்து கொண்டார். தன் தந்தையின் மரணத்தை

அடுத்து க்யூபாவிலிருந்து வெளியேறும் வில்லோடா, சேவைப் பழி வாங்குவதையே தனது லட்சியமாகக் கொள்கிறான். பின் வளைகுடா தாக்குதலில் க்யூபாவுக்கு எதிராகப் போராடுகிறான். பிறகு சி.ஐ.ஏ.வில் இணைந்து கொள்கிறான்.

•

சேவின் உடலை வைத்தக்கண் வாங்காமல் பார்த்துக் கொண்டு நின்றான் வில்லோடோ. அவனிடம் உடலை ஒப்படைத்து விட்டு, அனைவரும் வெளியேறிவிட்டனர். ஒரு மெய்க்காப்பாளன் மட்டும் உடனிருந்தான்.

வில்லோடோ சேவின் உடலை நெருங்கினான். தன் சட்டைப் பையிலிருந்து ஒரு கத்திரிக்கோலை வெளியில் எடுத்தான். சேவின் முகத்துக்கு அருகே குனிந்து, அவரது தலையிலிருந்து சில முடிகளைக் கத்தரித்தான். கத்தரித்த முடிகளை கவனமாக ஒரு பாலிதீன் கவரில் போட்டு பத்திரப்படுத்திக் கொண்டான்.

புல்டோசரும், டிரக் வண்டிகளும் தயாராக இருந்தன. இறந்து போன கெரில்லாக்களின் உடலும் சேவின் உடலும் வண்டிகளில் ஏற்றப் படுகின்றன. விடிகாலை 1.30 க்கு வண்டிகள் கிளம்புகின்றன. குறிப் பிட்ட இடத்துக்கு வந்ததும், வில்லோடோ வண்டியை நிறுத்தச் சொல்லி இறங்கிக் கொள்கிறான். மண் தோண்டும் பணி ஆரம்பமாகிறது.

•

அக்டோபர் 10. க்யூபா. உளவுத்துறை அதிகாரி மானுவே பினைரோ வருத்தம் தோய்ந்த முகத்துடன் அமர்ந்திருக்கிறார். அவருக்கு எதிரே, இறுக்கமான முகத்துடன் அந்தப் புகைப்படத்தை ஆராய்ந்து கொண்டிருந்தார் காஸ்ட்ரோ. ஏதோ ஒரு கிராமம். சலவை அறை. ஒரு மேஜை. அதன் மீது அந்த உடல் கிடத்தப்பட்டிருந்தது. மெலிந்து போய், தாடைகள் ஒட்டிக்கொண்டு, தாடியுடன் இருந்தது அந்த உருவம். சில விநாடிகள் புகைப்படத்தை உற்றுப் பார்த்த காஸ்ட்ரோ, தனது முகத்தை திருப்பிக் கொள்கிறார்.

மக்களிடம் எப்படிச் சொல்வது? தனக்கு ஏற்பட்ட துக்கத்தையும் மீறி இந்தக் கேள்வி காஸ்ட்ரோவைச் சங்கடப்படுத்தியது.

அக்டோபர் 18. க்யூபா ஒட்டுமொத்தமாகத் திரண்டிருந்தது. மார்த்தியின் நினைவுச் சின்னத்துக்குக் கீழே அமைக்கப்பட்டிருந்த அந்த மேடையில் நின்று கொண்டிருக்கிறார் காஸ்ட்ரோ. க்யூபாவின் கொடிகள் அரைக் கம்பத்தில் ஊசலாடிக் கொண்டிருக்கின்றன. பெரிய திரை. சே குவேரா வின் அசையும் படம் காண்பிக்கப்படுகிறது. சே பேசுகிறார். சிரிக்கிறார். ஏதோ உரையாற்றுகிறார். கரும்புத் தோட்டத்தில் வேலை

செய்கிறார். சுருட்டு பிடிக்கிறார். சிறிது நேரத்துக்குப் பிறகு சேவின் முகம் நெருக்கமாகக் காண்பிக்கப்படுகிறது. அலெய்டாவும் குழந்தைகளும் வீங்கிய முகத்துடன் கால் கடுக்க நின்று கொண்டிருக்கிறார்கள். இருபத்தொரு குண்டுகள் முழங்குகின்றன.

பிறகு, நீண்ட நிசப்தம்.

•

சேவின் மரணத்தை 'புலனாய்வு' செய்ய ஆரம்பித்தது சி.ஐ.ஏ. சே குவேராவின் 'எதிர்பாராத' மரணத்தால், க்யூபாவிலும் லத்தீன் அமெரிக்காவிலும் ஏற்படும் மாற்றங்களை அலசி ஆராய்ந்து ஓர் அறிக்கையை வெளியிட்டது.

இப்படித் தொடங்குகிறது அந்த அறிக்கை.

'சே குவேராவின் மரணம் பொலிவியாவிலுள்ள கொரில்லா இயக்கத்துக்கு மரண அடி கொடுத்திருக்கிறது. வன்முறை மூலம் லத்தீன் அமெரிக்க நாடுகளில் புரட்சி ஏற்படுத்த முடியும் என்ற காஸ்ட்ரோவின் நம்பிக்கைக்குக் கடுமையான பின்னடைவு ஏற்பட்டுள்ளது. இந்த உலகத்திலேயே மிகவும் பலவீனமான ஒரு ராணுவத்திடம், சே தோற்றுப் போயிருக்கிறார். கெரில்லாப் போர் நடத்த வேண்டுமென்று கனவு கொண்டிருக்கும் அத்தனை கம்யூனிஸ்டுகளையும் இந்த மரணம் சோர்வடையச் செய்யும்.'

•

இத்தாலியப் பத்திரிகையாளர் ஜியானி மின்னாவுக்கு 1987-ல் அளித்த பேட்டியில் காஸ்ட்ரோ, சேவை இப்படி நினைவு கூர்கிறார்.

'மக்களின் நினைவுகளிலிருந்து சே காணாமல் போக வேண்டும் என்றுதான் அவர்கள் விரும்பினார்கள். இருந்த போதிலும் சே இந்த உலகின் மிகப் பெரிய சின்னமாக இருக்கிறார். புரட்சிகரத்தன்மைக்கும் தைரியத்துக்கும் உயர்ந்த பண்புகளுக்கும் அவர் உதாரணமாகி விட்டார். மூன்றாம் உலகத்தின் போர்க் குணமிக்க புரட்சிக்காரனுக்குப் பிரத்தியேகமான அடையாளமாகி விட்டார். சே இறந்துவிட்டார் என்பதை என்னால் நம்பவே முடியவில்லை. கனவில் வந்து என்னோடு பேசிக் கொண்டிருக்கிறார். அவர் உயிரோடு இருக்கிறார்.'

10. நீ வாழ்ந்து கொண்டிருக்கிறாய் சே!

சே புதைக்கப்பட்டு கிட்டத்தட்ட முப்பது ஆண்டுகள் கழிந்த நிலையில், 1996-ல் வாலேகிராண்டே மீண்டும் தோண்டப்படுகிறது. நூற்றுக்கும் மேற்பட்டவர்கள் விசாரிக்கப்படுகிறார்கள். சே புதைக்கப்பட்ட இடத்தைப் பற்றிய முதல் துப்பு கிடைக்கிறது. மண் பரிசோதனைகள் நடைபெறுகின்றன. ஆயிரக்கணக்கான ராட்சஸ புல் டோசர்கள் கொண்டு வரப்படுகின்றன. பத்தாயிரம் சதுர மீட்டர் நிலம் தோண்டப்படுகிறது.

சேவின் உடலைத் தரும்படி காஸ்ட்ரோ அரசாங்கம் நீண்ட காலமாகவே பொலிவியாவை நச்சரித்துக் கொண்டுதான் இருந்தது. சேவின் உடலை திருப்பித்தர வேண்டும் என்ற கோரிக்கையுடன் ஆயிரக்கணக்கான க்யூபர்கள் கூடி நின்று ஆர்ப்பாட்டம் செய்தனர். உலகெங்கும் போராட்டம் வெடித்தது. 'சேவையும் அவருடன் இருந்த கெரில்லா வீரர்களையும் ஒன்றாக வைத்து எரித்துவிட்டோம்' என்று சொல்லி நழுவிக் கொண்டது பொலிவியா.

இறுதியில், பொலிவியர்களே போராட்டத்தில் குதித்தனர். சே குவேரா உடலை அரசாங்கம் உடனடியாகக் கண்டுபிடிக்க வேண்டும் என்று அவர்கள் போர்க்கொடி உயர்த்தினர். இறந்து போன கெரில்லாக்களின் உறவினர்களும் போராட்டத்தில் தங்களை இணைத்துக் கொண்டனர். இனியும் தாக்குப் பிடிக்க முடியாது என்னும் சூழலில், வேறு வழியே இல்லாமல் இந்தத் தேடல் ஆரம்பித்திருக்கிறது.

ஒரு வயதான மூதாட்டி ஒரு மூலையில் நின்றபடி, நடந்து கொண்டிருப்பதை உற்றுப் பார்த்துக் கொண்டிருந்தார். தன் அருகில் நின்று கொண்டிருந்த அரசாங்க அதிகாரியை நெருங்கினார்.

'சேவின் உடலைக் கண்டுபிடித்தால் என்ன செய்வீர்கள்?'

'க்யூபாவுக்கு அனுப்பிவிடுவோம்.'

'முடியாது. நான் அனுமதிக்க மாட்டேன். அவரைப் பொலிவியா வில்தான் புதைத்திருக்கிறார்கள். பொலிவியாவுக்காகப் போராடவே அவர் இங்கு வந்தார். அவரது உடலை இங்கிருந்து கொண்டுச் செல்ல அனுமதிக்க மாட்டோம்.'

அந்த அதிகாரி எரிச்சலுடன் அவரை விட்டு நகர்ந்து போனார்.

•

ஜுன் 28, 1967. பொலிவியா முழுவதும் பதற்றம் பரவத் தொடங்கியது. இனம் புரியாத உணர்வுகள் மக்களை அழுத்துகின்றன. உடல்கூறு நிபுணர்கள் அந்த எலும்புக்கூட்டை தனியாகப் பிரித்தெடுக்கிறார்கள். இரண்டாம் நம்பர் என்று அதன் மீது அடையாளமிடப்படுகிறது. நெஸ்தாலி ஒசினிகா சிலிர்த்துக் கொள்கிறார். சத்தம் போட்டு கத்துகிறார்.

'நிச்சயம் இது சேதான். சே! சே!'

முப்பது ஆண்டுகளுக்கு முன்னால் சேவின் குண்டடிப்பட்ட உடல் கொண்டு வரப்பட்டபோது, அருகில் இருந்துப் பார்த்தவர் ஒசினிகா. இப்போது விசாரணைக்காக அழைக்கப்பட்டிருந்தார். அவருக்குப் பொலிவியாவைப் பற்றித் தெரியாது. க்யூபாவைப் பற்றித் தெரியாது. ஏகாதிபத்திய எதிர்ப்பு என்றால் என்ன என்று தெரியாது. ஆனாலும் அவருக்குச் சேவைப் பிடிக்கும். இத்தனைக்கும் ஒசினிகா சேவைப் பார்த்தது ஒரே ஒரு முறைதான். அப்போது அவர் உயிருடன் இல்லை.

சேவின் உடல் சாந்தா குரூஸிலுள்ள மருத்துவனைக்குக் கொண்டு வரப்படுகிறது. வாலேகிராண்டேவிலிருந்து இருபது கி.மீ. தொலைவில் அமைந்துள்ளது இந்தப் பகுதி. சேவின் எலும்புக் கூடுகளில் படிந்திருந்த தூசி, துடைக்கப்படுகிறது. எக்ஸ்ரே கதிர்கள் கொண்டு எலும்புகள் ஆராயப்படுகின்றன. குறிப்பாக, எலும்புகளில் தங்கியிருந்த குண்டடிப்பட்ட காயங்களின் வடுக்கள் கவனமாக ஆராயப்படுகின்றன.

சேவின் ஆடைகள் பத்திரப்படுத்தப்படுகின்றன. ஆடைகள் என்ன பெரிய ஆடைகள்? கிழிந்து நைந்துபோன ஒரு பேண்ட், ஒரு சட்டை,

பெல்டுகள். பிறகு, பொலிவிய காடுகளின் புழுதிகள் கவனமாகச் சேகரித்து வைத்திருந்த காலணிகள்.

விஷயம் தெரிந்தவர்கள் அந்த எலும்புக்கூடு சேவினுடையதுதான் என்பதைப் பார்த்தவுடனே தெரிந்துகொண்டு விட்டார்கள். அந்த எலும்புக்கூட்டுக்கு இரண்டு கைகளும் கிடையாது.

●

அக்டோபர் 18, 1997.

சே குவேராவின் எலும்புகளை ஒரு பெட்டியில் வைத்து அடுக்கி க்யூபாவுக்குக் கொண்டு வருகிறார்கள். அந்தப் பெட்டிக்கு வெளியே க்யூப நாட்டுக் கொடி பறந்து கொண்டிருக்கிறது. லட்சக்கணக்கான மக்களைப் பார்த்து காஸ்ட்ரோ கூறுகிறார்.

'நன்றி சே, உனது வரலாற்றுக்கும், வாழ்க்கைக்கும், உதாரணத்துக்கும் நன்றி. கடுமையாகப் போராடிய உனது சிந்தனைகளை நாங்கள் பாதுகாப்போம். அதற்காக நாங்கள் நடத்தும் போராட்டத்தில் எங்களுக்கு உத்வேகமளிக்க நீ வந்ததற்கு நன்றி.'

சே குவேராவின் மகள் அலெய்டிடாவிடம் ஒரு நிருபர் கேட்கிறார்.

'நீங்கள் உங்கள் தந்தையைப் போல இருக்க விரும்புகிறீர்களா?'

'நான் மட்டுமல்ல. க்யூபாவில் உள்ள ஒவ்வொருவரும்!'

பிற்சேர்க்கை – சே குவேராவின் கடிதங்கள்

1965-ம் ஆண்டின் மத்தியில், க்யூபாவிலிருந்து வெளியேறுவதற்கு முன்பு சே எழுதிய கடிதங்கள்.

ஃபிடலுக்கு எழுதிய கடிதம்.

ஃபிடல்,

இந்த நேரத்தில் எனக்கு பல விஷயங்கள் நினைவுக்கு வருகின்றன. உங்களை மரியா அந்தோனியாவின் வீட்டில் சந்தித்தது; உங்களுடன் வர என்னை நீங்கள் அழைத்தது; புறப்படத் தயாரானபோது நமக்கு ஏற்பட்ட பரபரப்பு.

நடக்க இருக்கும் விபரீதம் எனக்கு எப்போது புரிந்தது தெரியுமா? ஒரு நாள் அவர்கள் (புரட்சிப் படையினர்) வந்து, 'இறந்து போனால் யாருக்குத் தகவல் தெரிவிக்க வேண்டும்?' என்று கேட்டார்கள். பிறகு, எல்லாம் புரிந்துவிட்டது. ஒரு புரட்சியின் முடிவு, வெற்றி அல்லது வீரமரணம் என்பதைப் புரிந்து கொண்டேன்.

இன்று, நாம் வளர்ச்சி அடைந்திருக்கிறோம். அன்று போல் இல்லாமல் பக்குவப்பட்டிருக்கிறோம். ஆனால், கடந்த காலம் மீண்டும் திரும்புகிறது. க்யூப மண்ணிலே நிகழ்ந்த க்யூபப் புரட்சியில், எனக்கு அளிக்கப்பட்டிருந்த கடமைகளை நான் நிறைவேற்றி விட்டேன் என்று நினைக்கிறேன்.

ஆகையால், நான், உங்களிடமிருந்தும் நமது தோழர்களிடமிருந்தும், என்னுடைய க்யூப மக்களிடமிருந்தும் விடைபெறுகிறேன்.

கட்சியின் தலைமையில் என்னுடைய பொறுப்புகளிலிருந்தும், அமைச்சர் பதவியில் இருந்தும், மேஜர் பொறுப்பில் இருந்தும், க்யூபாவின் பிரஜைக்கான உரிமையிலிருந்தும் நான் விலகுகிறேன். இனி, எனக்கு க்யூபாவுடன் சட்ட ரீதியான எந்த உறவும் இல்லை.

ஆனால், வேறு வகையில் பிணைப்புகள் உள்ளன. நிச்சயமாக அவற்றை என்னால் உதறித் தள்ள முடியாது.

கடந்த காலத்தைத் திரும்பிப் பார்க்கும்போது, புரட்சியின் வெற்றியை உறுதிப்படுத்த, நான் நேர்மையாகவும் அர்ப்பணிப்போடும் செயல்பட்டு வந்தேன் என்றே நம்புகிறேன். நான் செய்த ஒரே தவறு என்ன தெரியுமா? சியாரா மிஸ்த்ரா மலைத் தொடரில் கழித்த முதல் சில தினங்களில் உங்கள் மேல் மேலும் அதிக நம்பிக்கை வைக்காமல் இருந்தது. ஒரு புரட்சியாளராக, ஒரு தலைவராகப் பரிணமித்த உங்களது குணாதிசயங்களை உடனடியாகப் புரிந்து கொள்ளத் தவறியது.

கரீபிய சிக்கல் கொழுந்து விட்டு எரிந்துக் கொண்டிருந்த அந்தச் சோகமான, ஆனால் துடிப்பு மிக்கக் காலகட்டத்தில், உங்களுடன் சேர்ந்து, நமது மக்களின் பக்கம் நின்ற தருணத்தை இன்றும் பெருமையுடன் உணர்கிறேன். அந்தச் சமயத்தில், நீங்கள் இயங்கியதைப் போல் அவ்வளவு பிரமாதமாக ஒரு தலைவர் செயல் படுவது அபூர்வமானது. உங்களைத் தயக்கம் இன்றி பின்பற்றியதற் காக நான் மிகவும் பெருமைப்படுகிறேன்.

என்னுடைய எளிமையான முயற்சிகளும் உதவிகளும் வேறு சில நாடு களுக்குத் தேவைப்படுகிறது. க்யூபாவின் தலைவராக நீங்கள் இருப்பதால், உங்களுக்கு மறுக்கப்பட்டதை என்னால் செய்ய முடியும் என்று நம்புகிறேன்.

ஆக, நாம் பிரிய வேண்டிய நேரம் வந்துவிட்டது.

ஒரு பக்கம் மகிழ்ச்சியோடும் மறு பக்கம் துயரத்தோடும் நான் என் பயணத்தை மேற்கொள்கிறேன் என்பதை நீங்கள் புரிந்து கொள்வீர்கள். என் நேசத்துக்குரிய மக்கள் ஒரு சிறப்பான சமுதாயத்தை கட்டி எழுப்புவார்கள் என்ற என் நம்பிக்கையை இங்கே விட்டுவிட்டுப் பிரிகிறேன். புதிய போராட்டக் களங்கள் காத்திருக்கின்றன.

நீங்கள் என் மீது வைத்திருக்கும் நம்பிக்கைக்குப் பாத்திரமாக விளங்குவேன். ஏகாதிபத்தியத்தை எதிர்த்துப் போராடுவதை புனித கடமையாக மேற்கொள்வேன். அதை நிறைவேற்றவும் செய்வேன். இதுதான் என்னுடைய பலத்துக்கு ஆதாரமாக இருக்கிறது.

எங்கோ, கண் காணாத இடத்தில் என் முடிவு நெருங்குமானால், அந்தக் கடைசித் தருணத்தில் க்யூப மக்களையும், குறிப்பாக உங்களையும்தான் நினைத்துக் கொண்டிருப்பேன்.

எனக்குக் கற்றுக் கொடுத்ததற்கும் அதற்கு நீங்களே ஒரு உதாரணமாக விளங்கியதற்கும் என் நன்றி. என்னுடைய செயல்களின் விளைவுகள்

உங்கள் நம்பிக்கைக்குப் பங்கம் விளைவிக்காமல் இருக்க முயல்வேன். நமது புரட்சியின் அயல்நாட்டுக் கொள்கையோடு எப்போதும் அடையாளம் காணப்பட்டவன் நான். இப்போதும், அது தொடர்கிறது. நான் எங்கு இருந்தாலும், ஒரு க்யூபப் புரட்சியாளனின் பொறுப் புணர்வோடு விளங்குவேன்.

எனது மனைவி மக்களுக்கு எந்தச் சொத்தையும் நான் விட்டுச் செல்ல வில்லை. அதற்காக வருத்தப்படவும் இல்லை. இப்படி இருப்பதில் எனக்கு மகிழ்ச்சிதான். அவர்கள் வாழ்வதற்குத் தேவையானவற்றை கவனித்துக் கொள்வதற்கும், குழந்தைகளுக்குக் கல்வி அளிப்பதற்கும் ஓர் அரசு இருக்கிறது.

இன்னும் பல விஷயங்களை உங்களிடமும், நமது மக்களிடமும் சொல்ல விருப்பம். ஆனால் தேவையில்லை என்றே நினைக்கிறேன். நான் சொல்ல விரும்புவதை வெளிப்படுத்தும் சக்தி, வார்த்தைகளுக்கு இல்லை. காகிதங்கள் வீணாவதைத் தவிர, வேறு பயன் ஏதும் ஏற்பட்டுவிடப் போவதில்லை.

நமது முன்னேற்றம் எப்போதும் வெற்றியை நோக்கியே. வெற்றி அல்லது வீரமரணம்.

என் முழுமையான புரட்சிகரமான உணர்ச்சி வேகத்துடன் உங்களை ஆரத் தழுவிக் கொள்கிறேன்.

-சே

பெற்றோருக்கு எழுதிய கடிதம்

என் அன்பிற்குரியவர்களே,

கேடயத்துடன் என் பயணம் மீண்டும் தொடர்கிறது.

சுமார் பத்து ஆண்டுகளுக்கு முன்பு இதேபோல் விடைபெற்று, உங்களுக்கு ஒரு கடிதம் எழுதியிருந்தேன். அதில், நான் ஒரு சிறந்த படைவீரனாகவும், சிறந்த மருத்துவராகவும் இல்லாமல் இருந்ததற்காக வருந்தி எழுதியிருந்ததை இப்பொழுது நினைவு கூர்கிறேன். இன்று, நான் அத்தனை மோசமான ஒரு படைவீரன் அல்ல.

எனது நம்பிக்கை மேலும் உறுதியடைந்துள்ளது. என்னுடைய மார்க்சியம் ஆழமானதாகவும் தூய்மையானதாகவும் மாறிவிட்டது. சுதந்தரத்துக்காகப் போராடும் மக்களுக்கு ஒரே வழி, ஆயுதப் போராட்டம்தான் என்பதில் நான் தெளிவாக இருக்கிறேன். அந்த நம்பிக்கையின்படி நடக்கிறேன்.

சிலர், என்னை ஒரு சாகசக்காரன் என்று அழைக்கலாம். நான், சாகசக்காரன்தான். ஆனால் ஒரு வித்தியாசம். தன்னுடைய அசைக்க முடியாத நம்பிக்கைகளை நிரூபிப்பதற்காகத் தன்னையே அர்ப்பணம் செய்து கொள்ளத் தயங்காத சாகசக்காரன்.

இதுவே என்னுடைய கடைசிக் கடிதமாகவும் இருக்கலாம். நடக்க இருப்பதைத் தர்க்க ரீதியாக ஆராய்ந்து பார்த்தால், அப்படித்தான் தோன்றுகிறது. ஒரு வேளை அப்படி நடந்துவிடும் எனில், இப்போதே என்னுடைய தழுவலை ஏற்றுக் கொள்ளுங்கள்.

நான் உங்கள் அனைவரையும் ஆழமாக நேசிக்கிறேன். என்னுடைய நேசத்தை எப்படி வெளிப்படுத்துவது என்றுதான் தெரியவில்லை.

என்னுடைய வழியில் நடப்பது என்பதில் நான் தீர்மானமாக இருக்கிறேன். ஆனால், பல சமயங்களில் நீங்கள் என்னைச் சரிவர புரிந்து கொள்ளவில்லை என்றே நினைக்கிறேன். ஒரு வேளை, என்னைப் புரிந்து கொள்வது கடினமான காரியமாக இருந்திருக்கலாம். ஆனால், இப்போதைக்கு என் மீது நம்பிக்கை வையுங்கள். அது போதும் எனக்கு.

எனது கால்கள் தொய்ந்துவிட்டன. நுரையீரல்கள் ஓய்ந்துவிட்டன. ஆனால் என் மனஉறுதி, எல்லாவற்றையும் சரிசெய்யும்.

இருபதாம் நூற்றாண்டின் இந்தச் சிறிய போராளியை அவ்வப்போது நினைத்துக் கொள்ளுங்கள்.

அன்பு தாய், தந்தையே! உங்களுக்குக் கீழ்ப்படிந்து நடக்காத இந்தத் தறுதலைப் பிள்ளை உங்கள் இருவரையும் தழுவிக் கொள்கிறான். ஏற்றுக் கொள்ளுங்கள்.

- எர்னஸ்டோ

தன் மனைவிக்கு எழுதிய கடிதம்

பிரியமானவளே!

உன்னைப் பிரிந்து போவது கஷ்டமாக இருக்கிறது. என்னை நீ புரிந்து கொண்டிருப்பாய். ஏகாதிபத்தியத்தை அழிக்கும் புனிதமான காரியத்துக்காகத் தியாகங்கள் செய்ய விரும்புகிற இந்த மனிதனை நீ நன்கு அறிவாய்.

தைரியத்தை இழந்து விடாதே. ஒருவேளை, நான் இறந்து போனால், என் குழந்தைகள் வளர்ந்ததும், நான் விட்டுச் செல்லும் பணியைத் தொடர்ந்து செய்வார்கள் என்று நம்புகிறேன். மக்களின் துன்பங்களைக்

கண்டு நம்மைப் போலவே அவர்களும் கோபம் கொள்வார்கள் என்று நம்புகிறேன்.

காலமும் தூரமும் நம்மைப் பிரித்தாலும், எப்போதும் நான் உங்களுடன்தான் இருப்பேன். என் நேசத்துக்குரிய மனிதர்களை, உன்னை, நம் குழந்தைகளை விட்டுப் பிரிகிறோம் என்று எண்ணும்போது, என் வேதனை அதிகரிக்கிறது. ஆனால், மக்களைச் சுரண்டும் எதிரிகளோடு போரிடுவதற்குத்தான் நான் சென்று கொண்டிருக்கிறேன் என்று நினைக்கும்போது, என் வேதனை குறைகிறது.

உன் உடல்நலத்தை கவனமாகப் பார்த்துக் கொள். குழந்தைகளைக் கவனித்துக் கொள். என் தாய்நாட்டில் பிறந்ததையும், உன்னை என் மனைவியாகப் பெற்றதையும் எண்ணி நான் பெருமைப்படுகிறேன்.

இந்தப் போராட்டத்தில் நான் இறக்க நேர்ந்தால், அந்த இறுதி தருணத்தில் உன்னைப் பற்றித்தான் நினைத்துக் கொண்டிருப்பேன்.

- சே

குழந்தைகளுக்கு எழுதிய கடிதம்

அன்புள்ள ஹில்டா, அலெய்டா, காமிலா, சிலியா, எர்னஸ்டோ!

நீங்கள் இந்தக் கடிதத்தைப் படிக்கும்போது நான் உங்களுடன் இருக்க மாட்டேன்.

உங்களுக்கு என்னை அதிகம் நினைவிருக்காது. உங்கள் தந்தை தனது நம்பிக்கைகளுக்கு நேர்மையாக இருப்பவன். தனது தத்துவத்துக்கு விசுவாசமாக இருப்பவன்.

நீங்கள் அனைவரும் நல்ல புரட்சிக்காரர்களாக வளர வேண்டும். நன்றாகப் படிக்க வேண்டும். தொழில்நுட்பத்தைப் பற்றி நன்றாகத் தெரிந்து கொள்ள வேண்டும்.

தனிப்பட்ட முறையில் நாம் முக்கியமல்ல. புரட்சி ஒன்றே மிக முக்கிய மானது. உலகத்தில் எங்கேனும் யாருக்காவது கொடுமைகள் நடந்தால், அவர்களுக்காக வருத்தப்படுங்கள்.

குழந்தைகளே, உங்களிடமிருந்து விடைபெற்றுக் கொள்கிறேன். மீண்டும் உங்களைக் காண்பேன் என்று நம்புகிறேன்.

அன்பு முத்தங்கள்,

அப்பா

மூத்த மகள் ஹில்டாவுக்கு சே எழுதிய கடிதம்

அன்புள்ள ஹில்டா,

இந்தக் கடிதத்தை நீ நீண்ட காலத்துக்குப் பிறகுதான் படிப்பாய். உன்னைப் பற்றித்தான் நான் நினைத்துக் கொண்டிருக்கிறேன். நீ இப்போது வளர்ந்து விட்டிருப்பாய். ஒரு குழந்தைக்கு எழுதுவதைப் போல் உனக்கு செல்லம் கொஞ்சி எழுத முடியாது.

நான், உன்னை விட்டு வெகு தொலைவில், நமது எதிரிகளோடு போரிட்டுக் கொண்டிருக்கிறேன்.

நான் உன்னைப் பற்றிப் பெருமையாக நினைத்துக் கொள்வதைப் போல், நீயும் என்னை நினைத்து பெருமைப்படுவாய் என்பது என் நம்பிக்கை.

நீண்ட காலத்துக்குப் போராட வேண்டியிருக்கிறது. ஆகையால், வளர்ந்த பிறகு, நீயும் இந்தப் போராட்டத்தில் பங்கெடுத்துக் கொள்ள வேண்டும். உன்னை தயார் செய்து கொள். புரட்சிகர எண்ணங்களை வளர்த்துக் கொள். நிறைய படி. அம்மா சொல் பேச்சைக் கேள்.

எல்லா விதத்திலும் சிறந்தவள் என்று பெயர் எடுக்க வேண்டும். நல்ல நடத்தை, அர்ப்பணிப்பு, தோழைமை உணர்வு போன்றவற்றை வளர்த்துக் கொள். உன்னுடைய வயதில் நான் அப்படி இல்லை. நீ வேறொரு உலகத்தில் வாழ்ந்து கொண்டிருக்கிறாய். அதற்கு பொருத்தமானவளாக நீ இருக்க வேண்டும்.

பெரிய மனுஷியே! உனக்கு என் பிறந்தநாள் வாழ்த்துகள். உன்னைப் பிரிந்திருக்கும் காலத்துக்கும் சேர்த்து வைத்து ஆரத் தழுவிக் கொள்கிறேன்.

அப்பா.

பிற்சேர்க்கை - சே குவேரா கால வரிசை

ஜூன் 14, 1928	அர்ஜெண்டைனாவில் உள்ள ரோஸாரியோவில் பிறப்பு.
1945-51	ஃபியூனஸ் அயர்ஸில் மருத்துவப் படிப்பு.
ஜன-ஜூலை 1952	பெரு, கொலம்பியா, வெனிசூலா சுற்றுப்பயணம்.
மார்ச் 1953	மருத்துவப் பட்டம் பெறுகிறார்
ஜூலை 1953	லத்தீன் அமெரிக்கா சுற்றுப்பயணம்
1954	குடியரசுத் தலைவர் பதவியிலிருந்து அர்பென்ஸ் விலகுகிறார். கௌதமாலாவில் இருந்து வெளியேறும் சே, மெக்ஸிகோ வந்து சேர்கிறார்
1955	மான்கடா தாக்குதலை அடுத்து, ஃபிடல் காஸ்ட்ரோ மெக்ஸிகோ வந்தடைகிறார். ஃபிடலுடன் சே சந்திப்பு. ஃபிடலின் கெரில்லாப் படையில் உறுப்பினராகச் சேர்கிறார்.
நவம்பர் 1956	கிரான்மா கப்பல் பயணம். சே, ஃபிடல் மற்றும் அவர்களது உறுப்பினர்கள் மெக்ஸிகோவிலிருந்து வெளியேறி க்யூபா நோக்கி பயணிக்கிறார்கள்.
டிசம்பர் 1956	ஓரியாண்ட் மாகாணத்தில் உள்ள லாஸ் கொலராடோஸ் என்னும் கடற்கரையை அடைகிறார்கள். ராணுவத் தாக்குதல் தொடங்குகிறது. சே காயமடைகிறார்.
ஜனவரி 1957	லா ப்ளாட்டா யுத்தம். புரட்சிப்படைக்கு வெற்றி
மே 1957	எல் யுவேரா யுத்தம் (சியாரா மிஸ்த்ரா). புரட்சிப்படைக்கு வெற்றி

ஜூலை 1957	இரண்டாவது படைப் பிரிவின் கமாண்டண்டாக சே பொறுப் பேற்றுக் கொள்கிறார்.
மே 1958	புரட்சிப் படைகள் மீதான பாடிஸ்டாவின் தாக்குதல் முயற்சி தோல்வியடைகிறது.
ஆகஸ்ட் 1958	லாஸ் வில்லாஸ் வந்தடைகிறார் சே. பிற கெரில்லா இயக்கங் களுடன் உடன்படிக்கை.
அக். 1958	எஸ்காம்ப்ரே மலைகளுக்கு வந்து சேர்கிறார் சே.
டிசம்பர் 1958	சாண்டா கிளாராவில் யுத்தம் தொடங்குகிறது.
ஜனவரி 1959	புரட்சிப்படைக்கு வெற்றி. ஆட்சியைக் கைப்பற்றுகிறார்கள். பாடிஸ்டா தப்பி ஓடுகிறார். சேவும் ஃபிடலும் ஹவானா திரும்புகிறார்கள்.
பிப்ரவரி 1959	சேவுக்கு க்யூப குடியுரிமை வழங்கப்படுகிறது.
அக். 1959	விவசாயச் சீர்திருத்தத்துக்கான தேசிய நிறுவனத்தின் தொழில்துறைத் தலைவராக சே நியமிக்கப்படுகிறார்
நவ. 1959	க்யூப தேசிய வங்கியின் தலைவராக சே நியமிக்கப்படுகிறார்
ஏப்ரல் 1961	அமெரிக்கா நடத்தும் பிக் வளைகுடா தாக்குதலை க்யூபா முறியடிக்கிறது.
அக். 1962	க்யூப ஏவுகணை நெருக்கடி. சோவியத், க்யூபாவில் ஏவு கணைத் தளங்களை ஏற்படுத்துகின்றன. பின்னர், அமெரிக்கா க்யூபாவுக்குள் ஊடுருவக் கூடாது என்னும் நிபந்தனையில் சோவியத், க்யூபாவிலிருந்து வெளியேறுகிறது.
டிச. 1964	மூன்று மாத உலகப் பயணம். ஐ.நா. சபையில் உரை.
மார்ச் 1965	க்யூபாவிலிருந்து தலைமறைவு
ஏப்ரல் 1965	ஃபிடலுக்கு விடைபெறும் கடிதம். தான்சானியா வழியாக காங்கோ பயணம்.
ஜூன் 1966	பொலிவியாவில் கெரில்லா தளம் அமைக்க ஏற்பாடுகள் செய்கிறார் சே.
ஜூலை 1966	க்யூபப் போராளிகளுக்கு சே பயிற்சி.
மார்ச் 1967	ராணுவத்துக்கு எதிராகத் தாக்குதல் நடத்துகிறது கெரில்லாப் படை. பொலிவியா முழுவதும் இந்தச் செய்தி பரவுகிறது.

ஏப்ரல் 1967	அமெரிக்க ராணுவ ஆலோசகர்களும் சி.ஐ.ஏ. அதிகாரிகளும் பொலிவியா வருகிறார்கள்.
ஜூலை 1967	சே பொலிவியாவில் தங்கியிருப்பதை பொலிவிய ராணுவம் கண்டுபிடிக்கிறது.
செப். 1967	புரட்சிப் படையைச் சேர்ந்தவர்கள் என்ற சந்தேகத்தின் பெயரில் நூற்றுக்கணக்கானவர்களை ராணுவம் கைது செய்கிறது.
அக். 1967	சே கைது செய்யப்படுகிறார். சேவை என்ன செய்யலாம் என்று அமெரிக்காவும் பொலிவியாவும் கலந்தாலோசிக்கின்றன.
அக். 9, 1967	சே சுட்டுக் கொல்லப்படுகிறார்.

பிற்சேர்க்கை - ஆதாரங்கள்

நூல்கள்

1. The Motorcycle Diaries, Che Guevara, Ocean Press, 2005
2. Che Guevara Reader, Writings on Politics and Revolution, Ocean Press, 2005
3. Reminiscences of the Cuban Revolutionary War, Che Guevara, Ocean Press
4. Our America and Theirs, Che Guevara, Ocean Press
5. Fidel Castro : A Critical Portrait, Tad Szulc, Harper Perennial
6. My Early Years, Fidel Castro, Leftwood Books & Ocean Press
7. Inside South America, John Gunther, Pocket Books
8. சே குவேரா : வாழ்வும் மரணமும், ஜோர்ஜ் ஜி. காஸ்டநாடா, தமிழில்: எஸ். பாலச்சந்திரன், விடியல் பதிப்பகம்.
9. கனவிலிருந்து போராட்டத்திற்கு, எர்னஸ்டோ சே குவேரா, தமிழில்: எஸ். பாலச்சந்திரன், விடியல் பதிப்பகம்.
10. ஃபிடல் காஸ்ட்ரோ நேருக்கு நேர், தொமாஸ் போர்ஹே, தமிழில்: அமரந்த்தா, புதுமலர் பதிப்பகம்.
11. ஃபிடல் காஸ்ட்ரோ, தா. பாண்டியன், குமரன் பதிப்பகம்.
12. மரணத்தை வென்ற மாவீரன், தா. பாண்டியன், அவ்வை.
13. ஹொரஸே மார்த்தி ஓர் அறிமுகம், அமரந்த்தா, புதுமலர் பதிப்பகம்.

14. எர்னஸ்டோ சே குவேரா, லாவ்ரெட்ஸ்கி.

15. வெற்றி நமதே : சே குவேரா படைப்புகளும் உரைகளும், சக்கரம் புக்ஸ், சென்னை புக்ஸ்.

16. சே குவேரா : அமெரிக்க உளவுத்துறையின் ரகசிய குறிப்புகளின் பின்னணியிலிருந்து, ஜா.மாதவராஜ், பாரதி புத்தகாலயம்.

17. புரட்சிக்குள் புரட்சி, ரெஜி டெப்ரே, தமிழில் : சிங்கராயர், விழுதுகள் பதிப்பகம்.

ஆவணப்படம்

Fidel Castro : American Experience, (Alfred P Sloan Foundation, Ford Foundation, Corporation for Public Broadcasting)